ഉന്മാദികളുടെ ആകാശം

INSIGHT PUBLICA

AF518539

Nadakkavu, Kozhikode, Kerala, 673011
www.insightpublica.com
e-mail: insightpublica@gmail.com
Title: **Unmadikalude Akasam**
(Malayalam)
Author: **M Dhamodharan**
Book Design: kjvj@insight
First Edition: August 2022

Printed and Published by
InsightinPublica Printers & Publishers Pvt. Ltd.
ISBN 978-93-5517-274-7

ഉന്മാദികളുടെ ആകാശം

ലേഖനങ്ങൾ/ഓർമ്മക്കുറിപ്പുകൾ

എം. ദാമോദരൻ

INSIGHT PUBLICA

കണ്ണൂർ ജില്ലയിലെ പയ്യന്നൂരിൽ 15.5.1949ൽ കൃഷ്ണൻനമ്പൂതിരി, ദേവകി അന്തർജനം എന്നിവരുടെ മകനായി ജനിച്ചു.

പയ്യന്നൂർ കോളേജ്, തലശ്ശേരി ബ്രണ്ണൻ കോളേജ്, കോഴിക്കോട് സഹകരണകോളേജ് എന്നിവിടങ്ങളിൽ വിദ്യാഭ്യാസം.

ബിരുദശേഷം എൽ.ഐ.സി ഏജന്റ് (രണ്ടു വർഷം). ഒരു സ്വകാര്യ ബസ്സുകമ്പനി ജീവനക്കാരൻ (8 വർഷം). സഹകരണബാങ്ക് ക്ലാർക്ക് (2 വർഷം). തുടർന്ന് സംസ്ഥാന സഹകരണ വകുപ്പിൽ ആഡിറ്റർ/ ഇൻസ്പക്ടർ തസ്തികകളിൽ (20 വർഷം) ഉദ്യോഗപർവങ്ങൾ.

70കളിൽ 'ഭയം' എന്ന പേരിൽ ഒരു സാഹിത്യ ത്രൈമാസിക നടത്തി. *കൗശലങ്ങളും കരകൗശലങ്ങളും, ഓരോ ജന്മങ്ങൾ, ഉത്തർഖണ്ഡു യാത്രകൾ, അതിയാത്രകൾ യാത്രകൾ, ഇടതുപക്ഷവും സക്കറിയയും ലൈംഗികതയും, അരുൾ രാജിന്റെ ജീവിതം, ജലജീവിതം* എന്നിവയാണ് പ്രധാനകൃതികൾ.

ഭാര്യ: വിനോദിനി, മക്കൾ: സ്മിത, അജി.

വിലാസം: എം. ദാമോദരൻ,
കൃഷ്ണാ ഫ്യൂവൽസ്, PO കാനായി, പയ്യന്നൂർ 670307.
Mob: 9846050477

എം. ദാമോദരൻ

ആമുഖം

പുസ്തകവായനകളിൽ നിന്നും പച്ച ജീവിതത്തിൽ നിന്നും ഉള്ളിലേക്കും ഉള്ളിന്നുള്ളുകളിലേക്കും കടന്നുകയറി വന്നവ-വന്നവർ.

അവയെക്കുറിച്ചും അവരെക്കുറിച്ചുമുള്ള ചില എഴുത്തുകളാണിവ. സംഗതമോ, അസംഗതമോ ആവാം, ക്ഷമിക്കുക, ദയവായി വായിക്കുക—

ഉള്ളടക്കം

ഉന്മാദികളുടെ ആകാശം

ഒരു കഥാകൃത്ത് എന്ന നിലയിൽ ശ്രീ.എൻ. പ്രഭാകരനെ ആദ്യം അടയാളപ്പെടുത്തിയത് 1971ൽ പ്രസിദ്ധീകരിക്കപ്പെട്ട 'ഒറ്റയാന്റെ പാപ്പാൻ' എന്ന കഥയാണ്. ഒരു മലയാളി ഭ്രാന്തന്റെ ഡയറി എന്ന പുതിയ രചന – നീണ്ട നാലു പതിറ്റാണ്ടുകളുടെ കാലദൈർഘ്യം രണ്ടു കഥകൾക്കിടയിലുമുണ്ടെങ്കിലും ഇവ തമ്മിൽ കഥാപാത്ര/ഗാത്ര/കഥ 'സ്വീകരണത'കളിലുള്ള ആന്തരിക/ബാഹ്യ സാമ്യതകൾ വിസ്മയകരമാണ്. വെറുമൊരു യാദൃശ്ചികതയോ, കൈയബദ്ധമോ അല്ലിതെന്ന് കഴിഞ്ഞ നാൽപ്പത്തിരണ്ടു വർഷമായി എൻ. പ്രഭാകരൻ എഴുതിയ മൊത്തം കഥകളിലൂടെ കടന്നു പോകുന്നൊരാൾക്ക് തീർത്തും വ്യക്തമാകും.

എൻ. പ്രഭാകരൻ കഥകളിലെ ഏറ്റവും മികച്ച രണ്ടു രചനകൾ തന്നെയാണ് 'ഒരു മലയാളി ഭ്രാന്തന്റെ ഡയറിയും' 'ഒറ്റയാന്റെ പാപ്പാനും'. കഥാകാരന്റെ ആകെ കഥകളുടെ യഥാർത്ഥ പരിച്ഛേദമായി ഇവയെ- ഒരു മലയാളി ഭ്രാന്തന്റെ ഡയറിയെ പ്രത്യേകിച്ചും കണക്കിലെടുക്കാം. പ്ലോട്ടുകളുടെ പരിചരണ രീതിയും കഥാനായകരുടെ 'മനോനിലകളും' ഇത് സാക്ഷ്യപ്പെടുത്തുന്നുണ്ട്. അപൂർവ്വരെങ്കിലും മനസ്സിലെ ഡിസക്ഷൻ ടേബിളിൽ കിടത്തി കഥാസൃഷ്ടികളെ പരിശോധിക്കുന്ന ചില വായനക്കാരുണ്ട്. പ്രഭാകരൻ കഥകളിലെ നായക കഥാപാത്രങ്ങളിലും കഥയിലും ഒരന്തർധാര പോലെ അലിഞ്ഞു ചേർന്ന (അലിയിച്ച ചേർക്കപ്പെട്ട) അബ്നോർമാലിറ്റിയെ അവർ വേറിട്ടു കാണുന്നു. ഇത് എഴുത്തിൽ അറിയാതെ വന്നു കൂടുന്ന ഒരൊഴിയാബാധയോ, വെറുമൊരു

ബഹിർഭാഗ 'ഒബ്സഷനോ' അല്ല. മറിച്ച് എൻ. പ്രഭാകരനെന്ന എഴുത്തുകാരന്റെ മനഃപൂർവ്വ(Intentional) മായ രചനാപ്രക്രിയയുടെ അടയാളം തന്നെയെന്ന് നമുക്ക് തിരിച്ചറിയാനാവും. അദ്ദേഹത്തിന്റെ കഥകളുടെ മാത്രം കാര്യമല്ലിത്. ജന്തുജനം, തീയൂർ രേഖകൾ, ജീവന്റെ തെളിവുകൾ, ജനകഥ, തീയൂരിലെ കോമാളികൾ, ഋക്കപാലം, (ആദ്യ അപൂർണ്ണനോവൽ, രണ്ടു പുസ്തകമാക്കപ്പെടാത്തവ) എന്നീ നോവലുകളും ശിബിരം, പുലിജന്മം, മരണക്കിണർ, തവള, തുടങ്ങിയ നാടകങ്ങളും, നടേ പറഞ്ഞ 'അബ്ണോർമാലിറ്റി' യെ അടിവരയിടുന്നുണ്ട്. 'ഒറ്റയാന്റെ പാപ്പാൻ എന്ന ആദ്യകഥയിലെ നായകൻ - അക്കാലത്ത് ബ്രണ്ണൻ കോളേജിൽ പഠിച്ചുകൊണ്ടിരുന്ന ആ ചെറുപ്പക്കാരൻ (കഥയിലങ്ങനെയൊന്നും പറയുന്നില്ല ഒരതി വായനയായിക്കാണുക) പൊതു നിരീക്ഷണത്തിൽ 'ഒരുൻമാദി'യാണ്. 'അരുണ' എന്ന പെൺകുട്ടിയും ഹോസ്റ്റലിലെ സഹപാഠിയും കഥയിൽ അയാളെ ഭ്രാന്തനെന്നു വിളിക്കുന്നുണ്ട്. മലയാളി ഭ്രാന്തന്റെ ഡയറിയിൽ 'അഗ്നേയ്' എന്ന കഥാനായകൻ താൻ ഒരു ഭ്രാന്തനാണ് എന്ന് വായനക്കാരോട് സ്വയമേവ ഉറപ്പ് പറയുന്നു. ആഗ്നേയ് എഴുതിയ കവിതയുടെ പേര് തന്നെ 'ഉന്മാദി' എന്നാണ്.

"ഉന്മാദി തീർച്ചയായും ഭാഗ്യം കെട്ടവനാണ്
അവന് നിലാവും
നിലാവിൽ ഇഴയുന്ന പുഴുവും
ഒരു പോലെയാണ്
സൂര്യനിലേക്ക്
കൈയെത്തിക്കാൻ അവനു കഴിയും
പക്ഷെ
അവൻ പെട്ടെന്ന് കൈ പിൻവലിച്ച്
ഒരു തുണ്ട് ഇരുൾ കൈയിലെടുത്ത്
കടിച്ചു കീറി ചാറു കുടിച്ചു കളയും
ദൈവത്തോടൊപ്പം പ്രാതൽ
ചെകുത്താനോടൊപ്പം അത്താഴം
ഹൊ!
ഒരുൻമാദിയുടെ വിധി
കഠിനം തന്നെയാണ്"

"അപ്പോഴെല്ലാം ഞാൻ നിന്നെ കൊന്നു. ലോകം എന്നോടു പലതവണ പറഞ്ഞു. എന്നെ നശിപ്പിച്ചുകൊണ്ടുവളരുന്ന

ഇത്തിൾക്കണ്ണിയാണു നീ "(ഒറ്റയാന്റെ പാപ്പാൻ) കഥാനായകന്റെ മസ്തിഷ്കമാണു നീ തലച്ചോറാണ്, അതിനെ സംരക്ഷിച്ചു നിർത്തുന്ന ആവരണമാണ്. തലയാണ് നീ. നീ ഉള്ളിടത്തോളം കാലം ബോധമുള്ളിടത്തോളം കാലം, മനസ്സിന്റെ അറകളിലേയ്ക്ക് ചുറ്റും പരന്നു നുരയുന്ന സങ്കടക്കടലുകൾ ഇരമ്പിയൊഴുകി നിറയും, ആ ശാപവിധിയിൽ നിന്നു കടന്നുകയറണമെങ്കിൽ എനിക്ക് 'നി' ന്നെ കൊല്ലണം.

ഇംഗ്ലീഷിൽ കവിതയെഴുതുന്ന അരുണ എന്ന പെൺകുട്ടി ഷേക്സ്പിയറും കീറ്റ്സും പഠിപ്പിക്കുന്ന ചെറുപ്പക്കാരനായ ലക്ചററുടെ കൂടെ ഒരു രാത്രി നഗരത്തിലെ ഹോട്ടൽ മുറിയിലുറങ്ങി. അവളിലന്നുവീണ വിത്ത് വളരാൻ തുടങ്ങിയപ്പോൾ മരണമെറിഞ്ഞൊരു വലയിൽ അയാൾ വീണു. കോളേജിലെ അനുശോചന യോഗം. 'നീ' എന്നോടു പറഞ്ഞു. മുഖം കുനിച്ചു നിൽക്കുന്ന പെൺകുട്ടികളിൽ അവളെ അറിയാവുന്നവരെല്ലാം പൊട്ടിച്ചിരിക്കുകയാണ്.

എല്ലാം കഴിഞ്ഞു. 'നീ' വീണ്ടും പറഞ്ഞു. ആ പെൺകുട്ടി ഹോസ്റ്റലിൽ എല്ലാം മറന്ന് കരയുകയാണ്.

ഞാൻ ഓടി. വഴിയിൽ ഒന്നിനെയും ആരെയും കണ്ടില്ല. ഹോസ്റ്റൽ മുറിയിൽ തലയിണയിൽ മുഖമമർത്തിക്കരയുന്ന അരുണയെ മാത്രം കണ്ടു. അവളെ പിടിച്ചെഴുന്നേൽപ്പിച്ച് പറഞ്ഞു. 'കരയാതെ കുട്ടീ നിനക്ക് ഞാനുണ്ട്'

അവളുടെ കണ്ണുകളിൽ ഭയത്തിന്റെ വൃത്തങ്ങൾ. അവ വലുതായി. വിറയ്ക്കുന്ന അവളുടെ ചുണ്ടുകൾ പറഞ്ഞു. ഭ്രാന്തൻ... ഭ്രാന്തൻ

കടൽക്കരയിൽ പാർക്കിനുവെളിയിൽ കടൽഭിത്തിയുടെ വിള്ളലിൽ പെട്ട മത്സ്യം വക്കീലിന്റെ ഏറുകൊണ്ട് പിടയുമ്പോൾ കൂടിനിൽക്കുന്നവരിലൊരാൾ പറഞ്ഞു കൂട്ടുകാർ കൊറ്റും തേടി നടന്നപ്പോൾ കിനാവുകണ്ട് നടന്നിരിക്കും. അതാ ഒറ്റപ്പെട്ട് കുടുങ്ങിപ്പോയത്..."

('ഒറ്റയാൻമാർ'-അവരെന്നും കിനാവു കാണുകയും കൂട്ടം തെറ്റി മേയുകയും ചെയ്യും. അവരുടെ തലകൾ വിള്ളലുകളിൽ കുടുങ്ങുകയും ഏറു കൊണ്ട് ചതഞ്ഞരയുകയും ചെയ്യും. മത്സ്യത്തിന്റെ തല തകർന്നപ്പോൾ നീ വിളിച്ചുപറഞ്ഞു. അവൻ രക്ഷപ്പെട്ടിരിക്കുന്നു! അവനെ ഒറ്റപ്പെടുത്തിയ അവന്റെ തല തകർന്നിരിക്കുന്നു!"

കടൽഭിത്തിയിലെ മത്സ്യത്തിന്റെ തലതകർന്ന പാറക്കെട്ടിൽ തലവെച്ച് തിരമാലകളുടെ അടിയേറ്റ് കിടന്ന് മുകളിലേക്ക് നോക്കി കരയുന്ന സ്വരത്തിൽ അപേക്ഷിച്ചു. എറിയൂ സ്നേഹിതാ എറിയൂ (ഒറ്റയാന്റെ പാപ്പാൻ)

കഥ പറയാനായി അല്ലെങ്കിൽ, അപ്രിയ സത്യങ്ങൾ വിളിച്ചുപറയാനായി "ഭ്രാന്ത്" അഥവാ 'ഉൻമാദം' എന്ന സ്വാഭാവിക അനസ്ത്യേഷ്യ മാത്രമല്ല പ്രഭാകരനുപയോഗിക്കുന്നത്. അദ്ദേഹം മദ്യം, മയക്കുമരുന്ന്, കാമം, സ്വപ്നം തുടങ്ങി ഏറെ ഉപകരണങ്ങളെ ഉപാധിയാക്കുന്നുണ്ട്.

അബ്നോർമാലിറ്റി

ഒറ്റയാന്റെ പാപ്പാൻ, മലയാളി ഭ്രാന്തന്റെ ഡയറി, ദ്വാരപാലകൻ, രേഖാരഹസ്യം, അക്കരെ നിന്നുള്ള പൊന്ന്, ഹനുമാൻ, പിശാൻ, പെരുമാൾ, കൗജുത്താത്ത, കൊട്ടും ഭീകരൻ തുടങ്ങിയ പ്രഭാകരന്റെ കഥകളിലെല്ലാം നായകൻമാർ സ്ഥിരബുദ്ധിയില്ലാത്തവരോ, ഇല്ലാതാക്കപ്പെട്ടവരോ ആണ്.

'കമലേട്ടന്റെ രഹസ്യങ്ങളറിയാവുന്ന ഒറ്റയാളേ ഈ കടപ്പുറത്തുള്ളൂ. അത് ഞാനാണ്. ഞാനാണെങ്കിൽ മിക്കപ്പോഴും തലയ്ക്കുവെളിവില്ലാത്ത അവസ്ഥയിലും, ഒരു കണക്കിനതു നന്നായി. ഇല്ലെങ്കിൽ കമലേട്ടൻ പലവട്ടം എന്നെ കൊന്നു കളയേണ്ടതാണ്. (കഥ അക്കരെ നിന്നുള്ള പൊന്ന്)

"എനിക്ക് പണക്കാരനായേ പറ്റൂ എന്ന് തോന്നി. പാവപ്പെട്ട ഒന്നിനും ഗതിയില്ലാത്ത ആളുകൾ എന്തിനാണു വാസ്തവത്തിൽ ജീവിക്കുന്നത്? സത്യം പറഞ്ഞാൽ അവരൊന്നും ജീവിക്കാൻ അർഹതയുള്ളവരല്ല. മനുഷ്യനായാൽ എങ്ങനെയെങ്കിലും പണമുണ്ടാക്കണം. റിയൽ എസ്റ്റേറ്റ് വിദേശ ഏജൻസികളിൽ നിന്ന് ഫണ്ട് കൈപ്പറ്റിയുള്ള സാമൂഹ്യ സേവനം, ഏതെങ്കിലും രാഷ്ട്രീയ പാർട്ടിയുടെ ഉന്നതനേതാക്കളുടെ ബിനാമിയായി നിന്നുകൊണ്ടുള്ള ഇടപാടുകൾ വർഗ്ഗീയ ശക്തികൾക്കുവേണ്ടിയുള്ള പ്രച്ഛന്ന സാംസ്കാരിക പ്രവർത്തനം, വിദേശികളുടെ ആത്മീയ ഗുരു വായിമാറൽ ഇവയിലേതെങ്കിലുമൊന്നിൽ പ്രാവീണ്യം നേടിയാൽ മതി രക്ഷപ്പെട്ടു."

"പണക്കാരനാകണമെങ്കിൽ ആദ്യമായി മനസ്സിനു സ്ഥൈര്യം

വേണം. പണമുണ്ടാക്കുക മാത്രമാവണംലക്ഷ്യം. നമ്മൾ വിദ്യാഭ്യാസം നേടുന്നതെന്തിനാണ്? കഴിവുകൾ വികസിപ്പിക്കുന്നതെന്തിനാണ്? രാഷ്ട്രീയത്തിൽ ഇറങ്ങുന്നതെന്തിനാണ്? സാഹിത്യ പ്രവർത്തനം നടത്തുന്നതെന്തിനാണ്? ഒരു ഡോക്ടർ രോഗികളെ ചികിത്സിക്കുന്ന തെന്തിനാണ്? പല കാര്യങ്ങളിലും പലരും ധാർമ്മിക രോഷം കൊള്ളു ന്നതെന്തിനാണ്? എല്ലാ ചോദ്യങ്ങൾക്കും ഉത്തരം ഒന്നു തന്നെയാണ്. പണത്തിനു വേണ്ടി (ആഗ്നേയ്-മലയാളി ഭ്രാന്തന്റെ ഡയറി)

"എന്റിഷ്ടാ! ഒരു മനസ്സമാധാനോം ഇല്ല. സത്യം പറയാലോ? എനിക്കീ ലോകം എന്തായാലും ഒരു ചുക്കുമില്ല. മുതലാളിത്തമോ, സാമ്രാജ്യത്വമോ, ഐ.എം.എഫിന്റെ ഭരണമോ എന്തായാലും വേണ്ടില്ല. എനിക്കെന്റെ ഭാര്യേം കുട്ടികളേം കൊണ്ടു സുഖമായി ജീവിച്ചാമതി. അതിനും നിവൃത്തിയില്ലല്ലോയെന്നുള്ളതാണ് സങ്കടം. (അശോകൻ-കഥ. ഹനുമാൻ) പ്രഭാകരൻ തന്റെ അബ്നോർമൽ കഥാപാത്രങ്ങളെ ക്കൊണ്ട് സംസാരിപ്പിക്കുകയാണ്. എങ്ങനെയുണ്ട് അബ്നോർമാലിറ്റി?

മദ്യം/ മയക്കുമരുന്ന്

പഴയ മധുശാല, മറുപിറവി, നാട്ടുവിദ്യ, രാത്രിമൊഴി, കിടപ്പറരഹ സ്യം, കുതിര, ചിതാനന്ദം, ഗ്ലോബ് തുടങ്ങിയ കഥകളിൽ നായകരും ഇതരരും അബ്നോർമലാകുന്നത് 'മദ്യ' സഹായത്താലാണ്. മദ്യമോ മയക്കുമരുന്ന് സേവകളോ ഒന്നും എൻ. പ്രഭാകരനല്ല ആദ്യമായി മലയാളകഥാലോകത്ത് കൊണ്ടുവന്ന് പ്രയോഗിച്ചത്. അത് ആധുനി കരുടെയും അത്യന്താധുനികരുടെയും കാലത്താണ്. പ്രചരിക്കപ്പെട്ടത്. പക്ഷെ ഒന്നുണ്ട്. അക്കാലം പോലെ ആത്മ സമാധിക്കുവേണ്ടി അല്ല പ്രഭാകരന്റെ കഥാപാത്രങ്ങൾ മദ്യപരാകുന്നത്.

കേരളത്തിലെ കൂടി വരുന്ന മദ്യാസക്തിയെക്കുറിച്ചു പറയുന്നതി നിടെ ഒരിക്കൽ എം.എൻ. വിജയൻമാഷ് പറഞ്ഞു : സ്വബോധത്തോടെ ജീവിക്കാനാവാത്ത ഒരിടമായി നമ്മുടെ നാട് മാറിക്കൊണ്ടിരിക്കുന്നതി ന്റെ അടയാളമാണത്. "കേശവന്റെ വിലാപങ്ങൾ" എന്ന കൃതിയിൽ എം. മുകുന്ദൻ "മദ്യപാനികൾ കളവ് പറയുന്നവരല്ല, അവർ സത്യങ്ങൾ വിളിച്ചുപറയുന്നവരാണ്." എന്നു പറയുന്നു.

'ഉൻമത്തതയുടെ കുതിപ്പിനിടയിൽ വല്ലപ്പോഴും ചെന്നെത്തുന്ന

സത്യത്തിന്റെ ദ്വീപിലേക്ക് നാം തുഴഞ്ഞു തുഴഞ്ഞു പോകും, നാം നമ്മെത്തന്നെ കുത്തി മുറിവേൽപ്പിക്കും. അവനവന്റെ ചോരയിൽ ആത്മാവിനെ കഴുകിയെടുക്കും. ക്ഷമിക്കണം അത്ഭുതസിദ്ധികളൊന്നുമി ല്ലാത്ത ഒരു സാധാരണ മനുഷ്യനാണ് ഞാൻ. വെറും പച്ച മനുഷ്യനായി എനിക്കതിലേക്ക് പ്രവേശിക്കാനാവില്ല' 'ജീവനുള്ള മനുഷ്യരായിത്ത ന്നെയും എനിക്കുള്ള ബന്ധമെന്താണ്? ഉപചാരത്തിൽ കവിഞ്ഞ ഒന്നും തന്നെയില്ല. മദ്യത്തിന്റെയോ, മറ്റ് ലഹരിവസ്തുക്കളുടേയോ, സഹായമില്ലാതെ എനിക്കവരോട് സംസാരിക്കാൻ പോലുമാവില്ല. (ജയദേവനെന്ന പത്രപ്രവർത്തകൻ- രാത്രിമൊഴി)

കരുണനെന്നും കുമാരനെന്നും പേരുള്ള രണ്ടു തെരുവുതെണ്ടികളുടെ മദ്യത്തിനും മരണത്തിനുമിടയിലുള്ള ബോധധാരയാണ്. 'മറുപിറവി' എന്ന മനോഹര കഥ. ഒരു ഗ്രാമക്കാവിലെ സ്ഥാനികരായ അപ്പുത്ത ണ്ടയാനും അമ്പുത്തണ്ടയാനും ബർക്ക്, ബുഷ് എന്നീ വിദേശികളെ പരി ചയപ്പെട്ടപ്പോഴുള്ള ആദ്യ ചോദ്യം" ഗ്രാന്റ്സ് ഫ്രം വിച്ച് ഫൗണ്ടേഷൻ? ഫോർഡ്, ഫിലിപ്പ്, ഓർ ടൊറന്റോ സെമിയോട്ടിക്ക് സർക്കിൾ? കഥാവസാനം ഡോളറുകൾ കിട്ടി ഹരം കയറിയപ്പോൾ അമ്പുത്ത ണ്ടയാൻ ഡീവ് ല്യവേഷൻ വെരി ഹെൽപ്പ്ഫുൾ. എക്സ്ചേഞ്ച് വാല്യൂ ഇൻക്രീഡ്സ്, വി ഗെറ്റ് മോർമണി.

എനിക്ക് റം മതി. അപ്പുത്തണ്ടയാൻ പറഞ്ഞു. ബിസ്കീം ബ്രാണ്ടീം കുടിച്ച് കൊടല് ബെടക്കാക്കാൻ എന്നെക്കൊണ്ട് കയ്യൂല (കഥ. നാട്ടു വിദ്യ)

ഇതൊരു ഗ്ലോബാണ്. ഗ്ലോബെന്നു വെച്ചാൽ സ്കൂളിൽ പഠിപ്പിക്കു ന്നത്, പോലെ മാഷ് പറഞ്ഞു. ഞാനും ചൊക്കറനും ഓണെനും കരി യനെന്ന ഈ കുട്ടിയും നമ്മളെല്ലാവരും ജീവിക്കുന്ന ഈ ഭൂമിയുണ്ടല്ലോ അതിന്റെ ചെറിയൊരു രൂപം തന്നെ ഈല് നോക്ക്യാ നമ്മളെ രാജ്യം അതായത് ഇന്ത്യ ഏട്യാ ഉള്ളേന്ന് നമ്മക്കറിയാൻ പറ്റും. മാഷ് ഗ്ലാസ്സ് ഒറ്റവലിക്ക് കാലിയാക്കി. അയാൾ ഗ്ലോബിലൊരിടത്ത് ചൂണ്ടുവിരൽ കൊണ്ട് ചെറുതായൊന്ന് തൊട്ടു പറഞ്ഞു. ഇതാ ഇതാണ് നമ്മളെ രാജ്യം. ഇന്ത്യ. ഭാരതം. നമ്മളിപ്പോ ഇരുന്നു കുടിക്കുന്ന ഈ ഷാപ്പ് ഈ സ്ഥലം ഇതാ. ഈട ഭൂതക്കണ്ണാടിവെച്ച് നോക്ക്യാപ്പോലും കാണാത്ത ചെറിയൊരു പൊടീന്റത്ര്യേ ഉണ്ടാവൂ. അത്രയ്ക്ക് വലുതാ ഈ ഭൂമി (കഥ ഗ്ലോബ്)

സ്വപ്നാടനങ്ങൾ

ഇതെന്താണ്? എന്തു വർത്തമാനമാണിത് എന്നാരായുന്നവരോട് സ്വപ്നമാണ്. വെറും സ്വപ്നമാണ് എന്നു പറഞ്ഞ് ആർക്കും ഒഴിവാകാം. പ്രഭാകരൻ എന്ന കഥാകൃത്ത് അത്തരത്തിലൊരു ഒടിവിദ്യ നടത്താനാണ് ഒരൊഴിവുകഴിവിനാണ് പലപ്പോഴും തന്റെ കഥകളിൽ സ്വപ്നത്തെ കൂട്ടുപിടിക്കുന്നതെന്നു കാണാം. സ്വപ്നം കാണുകയും സ്വപ്നാടകരാവുകയും സ്വപ്നദർശനങ്ങളുണ്ടാവുകയും ചെയ്യുന്ന ഏറെ കഥാപാത്രങ്ങൾ പ്രഭാകരന്റെ കഥകളിലുണ്ട്. ജ്യോതിഷികൾക്കിടയിലൊരു ചൊല്ലുണ്ട്. ശുഭകാര്യങ്ങൾ നേരിൽ പറയാം. പക്ഷേ അപ്രിയസത്യങ്ങൾ മുഖം നോക്കിപ്പറയരുത് എന്ന്. പ്രഭാകരനെ സംബന്ധിച്ച് അബ്നോർമ്മാലിറ്റി മദ്യം എന്നിവയെപ്പോലെ സ്വപ്നവും വെളിച്ചപ്പെടലിനുള്ള ഒരുപകരണമോ, ഉപാധിയോ തന്നെ, കവർച്ചകൾ, പൂതം, സ്വപ്ന പുസ്തകം എന്നിവയാണ് ഈ സരണിയിലെ മികച്ച കഥകൾ.

മാസ്റ്റർ എക്കൗണ്ടന്റും എക്കൗണ്ടൻസി ടെക്സ്റ്റബുക്കുകളുടെ മഹാശില്പിയുമായ പ്രൊഫ. ഡാനിയൽ, വിവാഹിതകളായ അനേകം സുന്ദരിമാരുടെ രഹസ്യകാമുകനും കമേഴ്സ് വകുപ്പിലെ ജൂനിയർ മോസ്റ്ററുമായ രാകേഷ് കുമാർ എന്നിവരുമായി ചേർന്ന് സ്വപ്നത്തിൽ ഒരു ബാങ്കു കവർച്ചക്ക് പോകുന്നതിന്റെ വിചിത്ര ചിത്രമാണ്. 'കവർച്ചകൾ' എന്ന കഥ. പതിനൊന്നും പന്ത്രണ്ടും വയസ്സുള്ള പിച്ചയ്യ, പൊന്നയ്യ എന്നീ രണ്ടു തമിഴ് പയ്യൻമാർ പല നാട്ടുകൾ താണ്ടി കോഴിക്കോട്ട് നഗരത്തിലെത്തുകയും അനന്തരാമയ്യർ അവരെ ഹോട്ടൽ ജോലിക്കു നിർത്തുകയും 'തിരുടർ' എന്നു വിളിക്കുകയും ചെയ്യുന്നിടത്താണ് പൂതം എന്ന കഥയുടെ തുടക്കം. ഉച്ചനേരങ്ങളിൽ അവർ പിൻമുറയിലെ അരിച്ചാക്കുകൾക്ക് മുകളിൽ കിടന്ന് തളർന്നുറങ്ങുകയും അപ്പോൾ കിനാവു കാണുകയും ചെയ്യുന്നു. അടേയ് കേള് ഒരു കർപ്പനൈ എന്ന് പറഞ്ഞ് സ്വപ്നത്തിലാവുകയും അനന്തരാമയ്യരുടെ ചൂരൽ പുളക്കുമ്പോൾ ജീവിതത്തിലേക്ക് ചാടി വീഴുകയും ചെയ്യുന്നു. സ്വപ്നം എന്ന അയഥാർത്ഥ്യതയും പച്ചജീവിതമെന്ന യാഥാർത്ഥ്യവും രണ്ട് പാവം തമിഴ് പയലുകളുടെ ദുരിതമയ ചിത്രത്തിലൂടെ പ്രഭാകരൻ പരസ്പരം മിക്സ് ചെയ്ത് അവതരിപ്പിക്കുന്നതാണ്. പൂതം എന്ന കഥ ഏതോ ഒരാദിവാസിജനസമൂഹത്തെക്കുറിച്ചുള്ള വലിയൊരു പുസ്തകം വായിച്ചുതുടങ്ങുന്നതായി കഥാനായകൻ സ്വപ്നം കാണുന്നിടത്താണ് സ്വപ്ന പുസ്തകം തുടങ്ങുന്നത്. പുസ്തകത്തിലുള്ളതെന്നും

അല്ലാത്തതെന്നുമായി പൂർവ്വാപരബന്ധങ്ങളില്ലാത്ത ഏറെ കഥകളും കഥാപാത്രങ്ങളും അനുഭവങ്ങളും ഒന്നിനു പിറകിലൊന്നായി കഥയില ങ്ങനെ വിരിഞ്ഞു വിരിഞ്ഞു വരികയാണ്. വ്യത്യസ്തവും വിചിത്രവുമായ ചിന്തകളും ഇമേജറികളുമായി കഥ നിറയുന്നു. റിയാലിറ്റികളുടെ ഒരു അൺറിയൽ സങ്കലനമാണ് സ്വപ്നപുസ്തകം എന്ന കഥ.

***

"നിലാവുള്ള രാത്രികൾ ഇക്കാലത്തും യാഥാർത്ഥ്യങ്ങൾ തന്നെയാണ്. ഉണർന്നിരിക്കുന്നവരിൽ ഒരുതരി ഉൻമാദം വിതറുന്ന മനുഷ്യരിൽ ചിലർ പഴങ്കഥയിലെ ചീനഭരണികൾ പോലെ സ്വയം നിറയുന്ന..." 'നിലാവിൽ ഒരു വഴി' എന്ന കഥയുടെ ആദ്യവാചകമാണിത്.

പക്ഷി/മൃഗജാലം

ജന്തുജനമെന്നത് എൻ. പ്രഭാകരന്റെ ഒരാദ്യകാല നോവലിന്റെ പേരാണ്. കുറുക്കൻ, വേതാളത്തിന്റെ വിധി, കറുത്ത കോഴിയും മറ്റും, കാളപ്പാറ, പിശാൻ, ഹനുമാൻ, കുതിര, നർത്തകിയും കാളയും... കഥാപാത്രങ്ങൾ പക്ഷി മൃഗാദികളാവുകയോ, പക്ഷിമൃഗാദികൾ കഥാപാത്രങ്ങളാവുകയോ ചെയ്യുന്ന കഥകളാണ് ഇവയൊക്കെയും.

ആട്, കാള, പൂച്ച, പന്നി, കുതിര, കുറുക്കൻ, കുരങ്ങ്, കാക്ക, കോഴി ഒക്കെയും പ്രഭാകരന് കഥാപാത്രങ്ങളാണ്. ചില സാഹിത്യകൃതികളിൽ കുട്ടികളുടെ കൗതുകമുണർത്താൻ കാണാമെന്നല്ലാതെ പ്രത്യയശാസ്ത്രം, രാഷ്ട്രീയം, പരിസ്ഥിതി, ആത്മീയത, മതം, സാഹിത്യം, കല എന്തിനേറെ മനുഷ്യനന്യമല്ലാത്ത സകല കാര്യങ്ങളെക്കുറിച്ചുമുള്ള ഗൗരവതരചിന്തകളും വർത്തമാനങ്ങളും നടത്തുന്ന ഇത്രയേറെ പക്ഷിമൃഗാദികൾ എൻ. പ്രഭാകരന്റേയല്ലാതെ മറ്റേതെങ്കിലും മലയാള കഥാകാരൻമാരുടെ കഥാലോകത്ത് കാണുമെന്ന് കരുതാൻ വയ്യ. ചില കഥകളിൽ ഒരുതരം രൂപാന്തരപ്രാപ്തിക്ക് (Metamorphosis) വിധേയരായി മനുഷ്യർ ജന്തുജീവികളായി മാറിമറിയുകയും ചെയ്യുന്നുണ്ട്. (ഹനുമാൻ, പിശാൻ തുടങ്ങിയ പ്രശസ്ത കഥകൾ)

'കാളപ്പാറ' എന്ന കഥയിൽ കാവേരപ്പയോട് കാള പറയുന്ന ആ പുള്ളിപ്പശുവിനെ നീകണ്ടിരുന്നോ? ഹൊ! അവളെക്കണ്ടിട്ടെന്റെ

കൊമ്പു പോലും തരിച്ചുപോയി. നിറപ്പുള്ള മുതുക്, അതിനൊത്ത ചന്തി, നീണ്ടവാൽ അവളെപ്പോലൊരു ചിങ്കാരിയെ എന്നിനി ഞാൻ കാണാനാണ്? അവൾ നിന്ന നിൽപ്പിൽ വീർക്കുകയും ചുരുങ്ങുകയുമായിരുന്നു. നാണം കൊണ്ടു നനയുകയായിരുന്നു. കണ്ണിൽ ചോരയില്ലാത്തവനേ, അവളെയൊന്നു മണത്തുനോക്കാൻ കൂടി നീ സമ്മതിച്ചില്ലല്ലോ?

"അതേയ്, മനസ്സിനെ നിയന്ത്രിക്കാൻ പഠിക്കണം, അതിലാണു കാര്യം. മനസ്സടക്കമാണ് ഏറ്റവും വലിയ കാര്യം. മോഹിക്കാൻ പലതുണ്ട് ഭൂമിയിൽ. പക്ഷേ നമ്മുടെ നിലയും വിലയും അറിയണം. എന്തൊക്കെ, ഏതൊക്കെ, എങ്ങനെയൊക്കെ മോഹിക്കാമെന്നറിയണം. നിന്നോട് ഞാൻ ഇതൊക്കെ പറഞ്ഞിട്ടെന്തു ഫലം വിശേഷബുദ്ധിയില്ലാത്ത വെറുമൊരു മൃഗമല്ലേ നീ? (കാവേരപ്പ കാളയോട്)

ഉച്ചയ്ക്ക് വീട്ടുപറമ്പിൽ വന്ന പൂവൻകോഴി എന്നോടു ചോദിച്ചു. 'എങ്ങനെ? രാഷ്ട്രീയത്തിലൊക്കെ ഇപ്പോ എന്താ സംഭവിക്കുന്നത്? 'ഒന്നും സംഭവിക്കുന്നില്ല.' ഞാൻ പറഞ്ഞു. വലിയ വലിയ നേതാക്കളിൽ പലരും കക്കുന്നു. അനുയായികൾ സിന്ദാബാദു വിളിക്കുന്നു. വികാരം കൊള്ളുന്നു. അത്രയൊക്കെത്തന്നെ.

'ബദൽ ശക്തികളൊന്നും രൂപപ്പെടുന്നില്ലേ?"

കോഴി

"ഇല്ല ഒന്നും രൂപപ്പെടുന്നതായി കാണുന്നില്ല. ഭയം, അതിയായ ആത്മാനുരാഗം, ത്യാഗസന്നദ്ധതയില്ലായ്ക, പലതരം ദാർശനീകഗൃഹാതുരതകൾ, ശാഠ്യങ്ങൾ... മൊത്തത്തിലുള്ള ത്രാണിക്കുറവ്, ഇങ്ങനെ പല പ്രശ്നങ്ങളുമുണ്ട്.

"ഇതൊക്കെ ഞാനും മനസ്സിലാക്കിയിട്ടുണ്ട്. ചക്രവാളത്തിലെങ്ങും നേരിയ ഒരു പ്രകാശ കിരണം പോലും കാണുന്നില്ല." അത്യധിക വിഷാദത്തോടെ കോഴി പറഞ്ഞു, ഞാൻ പോവുകയാണ്.

"എങ്ങോട്ട്?"

"കൊടും കാട്ടിലേക്ക്"

"അവിടെ എങ്ങനെ ജീവിക്കും?"

"ജീവിക്കാനല്ല മരിക്കാനാണ് ഞാൻ പോകുന്നത്. കോഴി പറഞ്ഞു.

***

അവിനാശ്എന്ന ബി.ടെക് കാരൻ പയ്യനെക്കുറിച്ച് മാവിൻകൊമ്പിലിരിക്കുന്ന കാക്ക ആഗ്നേയ്യോട്ടു പറഞ്ഞു "ഈ ചെക്കനെ മൂന്നു കൊല്ലത്തിനകം 'മുഷ്ഗോപി' എന്ന ഗുണ്ട കഴുത്തുഞെരിച്ചു കൊല്ലും" എങ്ങനെയുണ്ട് പ്രഭാകരൻ കഥയിലെ കാക്കകളും കോഴികളും (മലയാളി ഭ്രാന്തന്റെ ഡയറി)

സാഹിത്യം,കല എന്നിവ

എഴുത്ത്, സാഹിത്യം,കല എന്നിവയൊക്കെ സാധാരണ മനുഷ്യരുടെയിടയിൽ നിന്നകന്നു മാറി എന്തോ ദൈവിക കഴിവുകളുമായി ജീവിക്കുന്ന ഏതോ ഒരു തരം ദന്തഗോപുരവാസികളുടെതായ പ്രവർത്തികളാണെന്ന് എൻ. പ്രഭാകരൻ കരുതുന്നില്ലെന്ന് അദ്ദേഹത്തിന്റെ കഥകളിലെ (നർത്തകിയും കാളയും, ഹനുമാൻ, സ്വപ്നപുസ്തകം) പരാമർശങ്ങൾ സ്വയം പറയുന്നു. ബുദ്ധി ജീവികുലത്തിന്റെ ഇത്തരക്കാരുടെ വ്യക്തിഗതനൃശംസതകളെയും സൃഷ്ടികളിലെ നിസ്സാരതകളെയും പ്രഭാകരന്റെ കഥാപാത്രങ്ങൾ കളിയാക്കുക തന്നെ ചെയ്യുന്നു.

"ഈ സാഹിത്യമെന്നു പറയുന്നതൊക്കെ എന്തിനെന്നുതന്നെ എനിക്കിപ്പോ സംശയം. കവികളൊക്കെ മിനക്കെട്ടു കുത്തിയിരുന്നു ബിംബങ്ങളുണ്ടാക്കി കസർത്തു നടത്തീന്നു വെച്ചിട്ട് എന്റേയും നിങ്ങളേം ജീവിതത്തിന് വല്ല മാറ്റോം ഉണ്ടാവ്വോ? കുട്ടികൾക്കൊരു രോഗം വരുമ്പോ ആപ്പീസറ് മേക്കിട്ടുകേറുമ്പോ ബാങ്കിൽ പണ്ടം പണയം വെക്കാൻ പോകുമ്പോ ഏതു കഥാപാത്രം നമ്മുടെ കൂടെ വര്വാ? ഏതു കാവ്യബിംബാ നമുക്ക് മനസ്സമാധാനം തര്വാ? ലോകത്തോട്ടു മുഴുവൻ ഗുസ്തി പിടിക്കാൻ നമ്മൾ ഒറ്റക്കൊറ്റക്കല്ലേ ഉള്ളൂ"

'എഴുത്തുകാർ-മനുഷ്യരെപ്പോലെത്തന്നെ പല തരക്കാരാണിവരും. ഒരു വിധം ഭേദപ്പെട്ടവരും മഹാദുഷ്ടൻമാരും പൊങ്ങച്ചക്കാരും അതിസമർത്ഥൻമാരും അതീവ ദുർബലരും ചതിയൻമാരും വലിയ സഹായികളും എല്ലാമുണ്ട്. തങ്ങൾക്ക് അപകടം ഉണ്ടാക്കിയേക്കും എന്ന സാഹചര്യം വന്നാൽ വിചിത്രമായ പല ഞായങ്ങളും ഉന്നയിച്ചോ ചിലപ്പോൾ ഒന്നും മിണ്ടാതയോ രക്ഷപ്പെട്ടുകളയുമെന്നത് ഇവരുടെ പൊതു സ്വഭാവമാണ്." (മലയാളി ഭ്രാന്തന്റെ ഡയറി)

"ദയവായി സാഹിത്യം പറയരുത് ചങ്ങാതീ, അബൂട്ടി പറഞ്ഞു. "നിന്റെ ചെലവിൽ രണ്ടു പെഗ്ഗ് ബ്രാണ്ടി ഞാൻ കുടിച്ചിട്ടുണ്ടെന്നത് സത്യം. എന്നു വെച്ച് എന്തും സഹിക്കാൻ എന്നെക്കൊണ്ടു പറ്റില്ല. (നർത്തകിയും കാളയും)

പുതിയ കഥയിൽ 'മാൾ തടാകത്തിലെ മുതലകൾ' എന്ന തന്റെ കവിതാസമാഹാരം കൊണ്ടു നടന്നു വിൽക്കുന്നൊരു കവിയുടെ ചിത്രത്തിലൂടെ ഒരു സാധാരണ 'സാഹിത്യകി' യുടെ കൗശലതകളെ എൻ.പ്രഭാകരൻ നിരീക്ഷിക്കുന്നുണ്ട്.

മനുഷ്യജീവിതം

ജീവിതത്തെ അതിന്റെ സമഗ്രതയിൽ ഗൗരവപൂർവ്വം നോക്കിക്കാണുന്ന ഒരെഴുത്തുകാരനാണ് എൻ. പ്രഭാകരൻ. അദ്ദേഹം തന്റെ കഥകളിലൂടെ ജീവിതത്തെക്കുറിച്ചു നടത്തുന്ന നിരീക്ഷണങ്ങൾ നിരവധിയാണ്.

"ജീവിതംന്ന് പറയണത് വലിയൊരു ദാസ്യപ്പണിയാണ് വാസൂ. ഭാര്യയുടെയും കുട്ടികളുടെയും ദാസ്യപ്പണി. ഓഫീസറുടെ ദാസ്യപ്പണി ദൈവത്തിന് ദാസ്യപ്പണി. ഒന്നു തലയുയർത്താനാവാത്ത നിത്യദാസനായി ഇങ്ങനെയങ്ങു കാലം കഴിക്കുക. ഈ ജന്മം ഇതേ വിധിച്ചിട്ടുള്ളൂ (കഥ. ഹനുമാൻ)

"ആൾക്കൂട്ടത്തിൽ തനിയെ എന്നൊക്കെ നിങ്ങളും കേട്ടിരിക്കും." വെറുമൊരു സാഹിത്യം പറച്ചിലല്ല അത്. മനുഷ്യജീവിതത്തിൽ പലപ്പോഴായി അത്തരമൊരവസ്ഥയുണ്ട്. ഞാനും നിങ്ങളും അയാളും അവളുമെല്ലാം എങ്ങനെയൊക്കെയോ ജീവിച്ചുപോകുന്നു. തിന്നുന്നു. കുടിക്കുന്നു. ഇണചേരുന്നു. സ്നേഹിച്ചും കലഹിച്ചും പലതും ചെയ്തും ചെയ്യാതെയും കഴിയുന്നു. കാര്യങ്ങളൊക്കെ അത്തരത്തിൽ മനസ്സിലാക്കിയാൽ മതി. അങ്ങനെയൊക്കെ വിചാരിച്ചാൽ മതി..." (കന്യകയുടെ വിളി)

"വരൂ സഹോദരാ നമുക്ക് യുദ്ധം ചെയ്ത് മരിക്കാം. ഭോഗം പോലെ ആനന്ദകരമായ മറ്റൊരനുഭവം മരണം മാത്രമാണ്. (സ്വപ്ന പുസ്തകം)

"സമൂഹത്തിന് സമ്മതമാകുന്നതേ ശരിയാവൂ എന്നുണ്ടോ?"

"അങ്ങനെയാണ് ഞാൻ കരുതുന്നത്'

"സമൂഹമെന്നത് പല തരക്കാരല്ലേ?"

“ഭൂരിപക്ഷത്തിന്റെ അഭിപ്രായം നോക്കണം. അതാണ് ജനാധിപത്യമര്യാദ”

“എന്നിട്ടും ജനാധിപത്യം രക്ഷപ്പെടുന്നില്ലല്ലോ?”

“ഉണ്ടല്ലോ”

“എന്നാരു പറഞ്ഞു?”

“നമ്മുടെ നേതാക്കളിൽ 99 ശതമാനം പേരും മഹാകള്ളൻമാരും കശ്മലൻമാരും ഒരു തരത്തിൽ നോക്കായാൽ മഹാ വിഡ്ഢികളും ആണെന്നു ആർക്കാണു അറിയാത്തത്?’

“നിങ്ങളുടെ കുട്ടി ഏതു ക്ലാസ്സിലാണ് പഠിക്കുന്നത്?”

“പത്തിൽ”

“ക്വിസ്സിന് പരിശീലനം നൽകുന്നുണ്ടോ?”

“ഇല്ല”

“എത്ര വിഷയത്തിന് ട്യൂഷനുണ്ട്?”

“ഇല്ല”

“എത്ര വിദ്യാഭ്യാസ മാസികകൾ വരുത്തിക്കൊടുക്കുന്നുണ്ട്?”

“ഒന്നുമില്ല.”

ഇപ്പറഞ്ഞതൊന്നുമില്ലെങ്കിൽ അവൻ അല്ലെങ്കിൽ അവൾ ആത്മഹത്യ ചെയ്യാതിരിക്കാനുള്ള ഏർപ്പാടുകളൊക്കെ ഇപ്പോഴേ ചെയ്തു വെക്കുക.

***

“സത്യത്തിൽ എന്താണ് എല്ലാവർക്കും ഇത്ര തിരക്ക്?”

“എല്ലാവരും ജീവിക്കാനുള്ള ബദ്ധപ്പാടിലാണ്”

“ജീവിതം പണ്ടും ഉണ്ടായിരുന്നില്ലേ?”

“ഉണ്ടായിരുന്നു. പക്ഷെ പണ്ടൊക്കെ ആളുകൾ ചെറിയ ചെറിയ ജീവിതം കൊണ്ടു തൃപ്തിപ്പെട്ടിരുന്നു. ചെറുതാവുന്തോറും വലുതാവുന്ന

ജീവിതം. ഇന്നിപ്പോൾ എല്ലാവർക്കും വലിയ വലിയ ജീവിതം. വേണം വലുതാവുന്തോറും ചെറുതാവുന്ന ജീവിതം."

"വലിയ വലിയ ജീവിതം എന്നാലെന്താണ്?"

"സ്വന്തമായി ഒരു പാടു സാധനങ്ങളും സൗകര്യങ്ങളും ഉള്ള ജീവിതം"

"അതൊക്കെ ഉണ്ടായാൽ ജീവിതം വലുതാകുമോ?"

"എന്നാണ് എല്ലാവരും ധരിച്ചിരിക്കുന്നത്."

"ഈ ലോകത്തിന് എന്തെങ്കിലും തകരാറു പറ്റിയിട്ടുണ്ടോ?"

"കാര്യമായ ഒരു തകരാറ് പറ്റിയിട്ടുണ്ട്"

"എന്താണത്?"

"എല്ലാവർക്കും ജീവനുള്ളവയും പ്രകൃതി നൽകുന്നവയുമായ എല്ലാറ്റിനോടും പുച്ഛവും ഉദാസീനതയുമാണ്. പകരം മനുഷ്യൻ ഉണ്ടാക്കുന്നതും പെട്ടെന്ന് പെട്ടെന്ന് നാശം സംഭവിക്കുന്നതുമായ വസ്തുക്കളോടുള്ള ആസക്തി കൂടിക്കൂടി വരുന്നുണ്ട്."

"എന്താണിതിനൊരു രക്ഷാമാർഗ്ഗം?"

"പെട്ടെന്നൊരു രക്ഷാമാർഗ്ഗം കണ്ടെത്തപ്പെട്ടില്ല."

"കാരണം?"

"മനുഷ്യരുടെ ലോകത്തിന് അതിന്റെ സ്വയം നിയന്ത്രണശേഷി നഷ്ടപ്പെട്ടിരിക്കുന്നു. അതൊരു കൃത്രിമോപഗ്രഹത്തെപ്പോലെ പുതിയൊരു ഭ്രമണപഥത്തിലേക്ക് വിക്ഷേപിക്കപ്പെട്ടിരിക്കുന്നു. ഇനിയത് അതിന്റേതായ ആവശ്യങ്ങൾക്കു വേണ്ടിയല്ലാതെ അങ്ങനെ കറങ്ങിക്കൊണ്ടിരിക്കും. (ഇരുട്ടിൽ ഒരു സംവാദം)

"വളരെ നല്ല മനുഷ്യൻ അതായത് തിന്മ ചെയ്യാൻ ജന്മനാ തന്നെ ശേഷിയില്ലാത്ത മനുഷ്യൻ ജീവിതത്തിൽ പൊതുവേ പരാജയപ്പെടുന്നതായിട്ടാണ് കാണുന്നത്. വിജയിച്ച എല്ലാ മനുഷ്യരെയും ഞാൻ അവിശ്വസിക്കും കാരണം ഏതു ജീവിത വിജയത്തിനു പിന്നിലും ഒരു പാട് അടവുകളും തന്ത്രങ്ങളും ചതികളും ഉണ്ടാവും. അങ്ങനെയല്ലാതെ ഒരു പക്ഷേ വളരെ കുറച്ചുപേരെ കാണൂ'(ഭ്രാന്തന്റെ ഡയറി)

"സമർത്ഥൻമാർ എവിടെയും എപ്പോഴും രക്ഷപ്പെട്ടു പോന്നിട്ടുണ്ട്. അല്ലാത്തവരുടെ കാര്യത്തിൽ ആരാണൊരുറപ്പ് തരിക? ഒന്നിനും തലകൊടുക്കാതെ വെറുതെയങ്ങു ജീവിച്ചുപോകാമെന്നു വെച്ചാൽ അതിനും സമ്മതിക്കേണ്ടേ? പിന്നെ മനുഷ്യരെക്കുറിച്ചോ, ദൈവത്തെക്കുറിച്ചോ മറ്റെന്തിനെക്കുറിച്ചെങ്കിലുമോ സ്വന്തമായി എന്തെങ്കിലും സങ്കൽപ്പിക്കുകയും നാലുപേരുടെ മുന്നിൽ എവ്വിധമെങ്കിലും അത് വെളിപ്പെടുത്തുകയും ചെയ്തില്ലെങ്കിൽ ഉറക്കം വരാത്തവരായി ചില മനുഷ്യജീവികളുണ്ടല്ലോ? ഇനിയുള്ള കാലം അവരെങ്ങനെ മനസ്സമാധാനത്തോടെ പുറത്തിറങ്ങി നടക്കും? ഇങ്ങനെയൊക്കെ ആലോചിച്ചിരിക്കെ ഇടയ്ക്ക് ഞാൻ പാടിപ്പോകും 'പോനാൽ പോകട്ടും പോടാ"

***

ഉന്മാദത്തെക്കുറിച്ചെന്നപോലെത്തന്നെയാണ് പ്രഭാകരൻ കഥകളിലെ 'രാഷ്ട്രീയ' പരിപ്രേക്ഷ്യങ്ങളും, ഒട്ടുമിക്ക കഥകളിലും പരോക്ഷമോ പ്രത്യക്ഷമോ ആയ രാഷ്ട്രീയ വിവക്ഷകൾ പ്രഭാകരൻ പ്രകടിപ്പിക്കുന്നുണ്ട്. അവയെ വിലയിരുത്തണമെങ്കിൽ അതിനായുള്ളൊരു വിശദപഠനം തന്നെ വേണ്ടിവരും, അത്രമാത്രമുണ്ടവ.

കുടുംബ ജീവിത ബന്ധങ്ങളോ, വ്യക്തിജീവിത പരാവർത്തനങ്ങളോ എൻ. പ്രഭാകരന് ബീജങ്ങളല്ല. പൊതുമണ്ഡലം വലിയവലിയവയെന്ന് വാഴ്ത്തുന്ന അത്ഭുതങ്ങളൊന്നും അയാളുടെ വിഷയങ്ങളല്ല. ഉന്നതങ്ങളിലെ ധനഅധികാരകേന്ദ്രങ്ങളോ അത്യുന്നതങ്ങളിലെ ആരാധ്യരൊ അയാൾക്ക് കഥാപാത്രങ്ങളല്ല. നഷ്ടജീവിതം മാത്രം നയിക്കാൻ വിധിക്കപ്പെട്ട നിരാധാരരും സാധാരണരുമാണ് പ്രഭാകരന്റെ കഥാപാത്രങ്ങൾ. വാഴുന്നോരുടെ ഭ്രാന്തുകൾക്കും നാട്ടാരുടെ ആധികൾക്കുമിടയിലൂടെ അതിജീവനത്തിന്റെ പുലിപ്പാൽ തേടുന്ന 'പുലിജന്മ'ങ്ങളാണവർ. 'എന്റെ കാലുകൾക്കിടയിൽ ഭൂമിയുടെ ഭാരം മുഴുവൻ ആരാണ് കെട്ടി വെച്ചത് എന്ന വേപഥു കൊള്ളുന്നവർ വേശ്യകൾ വിധവകൾ, കള്ളൻമാർ, അനാഥർ, അശരണർ, തൊഴിൽ രഹിതർ, മദ്യപർ, ഭ്രാന്തർ.. അങ്ങനെ അവരുടെയൊക്കെ ദുരിതവാരിധിയാണ് പ്രഭാകരന്റെ കഥാലോകം. മറ്റൊരെഴുത്തുകാരന്റെ കഥാശീർഷകം കടമെടുത്തുപറഞ്ഞാൽ (ബക്കളം ദാമോദരന്റെ) 'സഹജീവികളുടെ ദുരന്തമാണ്" പ്രഭാകരന്റെ കഥാപ്രപഞ്ചം. ഏതർത്ഥത്തിലും പ്രഭാകരന്റെ

കഥാലോകത്തിന്റെ ഒരു തനത് ക്രോസ് സെക്ഷനാണ് 'ഒരു മലയാളി ഭ്രാന്തന്റെ ഡയറി' എന്ന് സംശയലേശമെന്യേ പറയാം.

ഈ ഒരു ചെറുകഥയിൽ എത്രയേറെ കഥാപാത്രങ്ങളെയാണ് പരാമർശിച്ചിരിക്കുന്നത്? (മനുഷ്യരും മൃഗങ്ങളും പക്ഷികളുമായി നാൽ പതിലധികം കഥാപാത്രങ്ങൾ. അതും ഒരു ചെറുകഥയിൽ!) അതിനുപു റമെ റിയലും അൺ റിയലുമായ അനുഭവങ്ങൾ. സംഭവങ്ങൾ രാഷ്ട്രീയം, സ്വപ്നം, ആൾദൈവം, പീഢനം, സാഹിത്യം, കല, വിദേശമൂലധനം, ആഗോളീകരണം, ആത്മീയത, തുടങ്ങി എത്രയെത്ര കാര്യങ്ങളാണ് ഒറ്റയൊരു കഥയിൽ സന്നിവേശിപ്പിച്ചിരിക്കുന്നത്?

അബ്നോർമാലിറ്റിയുടെ മുഖപടമണിഞ്ഞ്(Mask) ഒരുതരം പകർ ന്നാട്ടം നടത്തുന്നവരാണ് പ്രഭാകരൻ കഥകളിലെ കഥാപാത്രങ്ങൾ. അവരുടെ 'ഉന്മാദത' എന്ന അവസ്ഥ 'ഉൾമനം' തുറന്നു കാണിക്കാൻ എഴുത്തുകാരൻ സ്വീകരിച്ച ഒരുപാധിയാവണം. ഉന്മാദികളെങ്കിൽപ്പോ ലും ശ്രീ. പ്രഭാകരന്റെ കഥാപാത്രങ്ങളിലാരും എന്തു കൊണ്ടോ ശുഭ ചിന്തകളുടെ ആരാധകരല്ല. പ്രതീക്ഷാനിർഭരമായ നാളെകളെ അവർ സ്വപ്നം കാണുന്നില്ല. നിരാശാഭരിതമായ ഇന്നുകളിൽ അവർ വെറുതെ ജീവിച്ചുപോവുകമാത്രം ചെയ്യുന്നു. രേഖാ രഹസ്യത്തിലെ കൈനോട്ട ക്കാരൻ "വരും സാർ അങ്ങനെയൊരു കാലം വരും എല്ലാറ്റിനും ഒരറു തിയില്ലേ സാർ എത്രകാലമെന്നുവെച്ചാണ് നമ്മളിങ്ങനെ അന്യോന്യം കൊന്നു തിന്നുക." എന്ന് ചോദിക്കുന്നത് കഥാകാരന്റെ ഒറ്റപ്പെട്ട ഒരു നിരീക്ഷണമായേ കാണാനാവൂ.

ആകസ്മികതകൾ

ജ്യോതിഷികൾ പറയാറുണ്ട് ചില പ്രത്യേക നക്ഷത്രമുള്ള ആളുകളുമായുള്ള നമ്മുടെ ആകസ്മിക "ദർശനം" കണ്ടുമുട്ടലുകളും ബന്ധങ്ങളും ഒരു നിമിഷനേരത്തേക്കായിരുന്നാലും ദീർഘനാളുകളിലേക്കായിരുന്നാലും അത്, അവ നമ്മുടെ അതുവരെയുള്ള മൊത്തം ജീവിതത്തേയും ഭാവിയേയും അപ്പാടെ മാറ്റിത്തീർക്കുകയോ ആകെ തകിടം മറിക്കുകയോ ചെയ്യും.

തീർത്തും വ്യക്തിപരമായ ചില അനുഭവങ്ങൾ പറയട്ടെ.

ഹൈസ്കൂൾ കഴിഞ്ഞു പതിനാറാം വയസ്സിൽ വീടിനടുത്തുള്ള ഒരു സ്വകാര്യ ജൂനിയർ കോളേജിൽ പി.ഡി.സിക്ക് ചേരുമ്പോൾ ഞാൻ ലോകം തിരിയാത്ത ഒരു പാവം ബ്രാഹ്മണക്കുട്ടിയായിരുന്നു. തുടക്കത്തിൽ തന്നെ ഒരു അബദ്ധം പറ്റി. എസ്.എസ്.എൽ.സിക്ക് എനിക്ക് തീരെ ഇഷ്ടമില്ലാതിരുന്ന ഒരു വിഷയത്തിലായിരുന്നു ഏറ്റവും കൂടുതൽ മാർക്ക്. കണക്കിന് 78% അത്രയും മാർക്ക് കിട്ടിയ കുട്ടി "ഫസ്റ്റ് ഗ്രൂപ്പിനാണ് ചേരേണ്ടത്." എന്ന വിവരം കെട്ട ചില മാഷുമാരുടെ ഉപദേശം കേട്ട് ഞാൻ ഫസ്റ്റ് ഗ്രൂപ്പിന് ചേർന്നു. മാത്ത്സ്, ഫിസിക്സ്, കെമിസ്ട്രിയാണ് കോംപിനേഷൻ. ഫസ്റ്റ് ഇയർ ഏതാണ്ട് കഴിയാറായിട്ടും ഞാൻ ക്ലാസ്സുകളിലൊക്കെ അങ്ങനെ പന്തം കണ്ട പെരുച്ചാഴിയെപ്പോലെ ഇരുന്നെന്നല്ലാതെ ഒന്നും ഒരു വാലും തുമ്പും എന്റെ തലയ്ക്കകത്തേക്ക് കയറിയില്ല.

മാത്ത്സിന് അക്കാലത്തെ പ്രഗൽഭരായിരുന്ന രാഘവൻനമ്പ്യാർ, ഗ്രേസി തുടങ്ങിയവർ, അവരുടെ ആൾജിബ്ര-അരിത്മാറ്റിക്സ്, കാൽക്കുലസ്, ട്രിഗണോമെട്രി, എന്നവയുടെ ഘോര ഘോര ലക്ചർ ക്ലാസ്സുകൾ ടാൻതീറ്റ, കോസ് തീറ്റ, എ സ്ക്വയർ, ബി സ്ക്വയർ, ഓൾ സ്ക്വയർ, ഫിസിക്സിലെ പലതരം ബാലൻസുകൾ, കെമിസ്ട്രിയിലെ ആൽക്കലികൾ, ആസിഡുകൾ, സാൾട്ടുകൾ, ലാബുകളിലും ക്ലാസ്സ് മുറികളിലും ഖസാക്കിലെ അപ്പക്കിളിയെപ്പോലെ ഞാൻ അന്തംവിട്ടങ്ങനെയിരുന്നു. ഫിസിക്സ് ലക്ചറർ സുന്ദരിയായ തങ്കം ടീച്ചർ ഒരിക്കലെന്നോട് ചിരിച്ചുകൊണ്ട് മുഖത്തുനോക്കിപ്പറഞ്ഞു: “മോനെ നീ മിനക്കെടേണ്ട, ഈ ജന്മം നീയി പ്രീഡിഗ്രിപാസ്സാവില്ല. നല്ല നേരത്ത് എവിടെയെങ്കിലും അമ്പലത്തിൽ ശാന്തിപ്പണിയോ മറ്റോ കിട്ടോന്ന് നോക്ക്” എനിക്കവരോട് വെറുപ്പൊന്നും തോന്നിയില്ല. കാരണം എനിക്ക് തന്നെ നൂറ്റൊന്നു ശതമാനം ഉറപ്പുണ്ട് ഞാൻ പീ.ഡി.സി കടക്കില്ലെന്ന്. കോളേജിൽ ഞാൻ സസന്തോഷമായിരുന്ന ഒറ്റയാളുടെ ക്ലാസ്സേ ഉണ്ടായിരുന്നുള്ളൂ ശ്രീ. എം.ആർ ചന്ദ്രശേഖരന്റെ മലയാളം പിരീയഡ്.

എൻ.വി. കൃഷ്ണവാരിയർ, എം.എൻ. വിജയൻ തുടങ്ങിയ പല സാഹിത്യവിമർശകരും അക്കാലത്തുണ്ടായിരുന്നുവെങ്കിലും മുണ്ടശ്ശേരിക്കുശേഷം ഭാഷാനിരൂപകർക്കിടയിലുദിച്ച ഒരു ഗജകേസരിയായിരുന്നു. എം.ആർ.സി.എന്ന് ചുരുക്കപ്പേരിലറിയപ്പെട്ട പ്രൊഫ. എം.ആർ. ചന്ദ്രശേഖരൻ. ക്ലാസ്സിനെയൊന്നാകെ പ്രകമ്പനം കൊള്ളിച്ചിരുന്ന അദ്ദേഹത്തിന്റെ ലക്ചറുകൾ എന്റെ ഉള്ളകങ്ങളിലേക്ക് കടന്നുകയറി. ലോക ക്ലാസ്സിക്കുകളായ കഥകളെയും നോവലുകളെയും ഇതരകൃതികളെയും പരിചയപ്പെടുത്തുക്കൊണ്ടുള്ള പ്രഭാഷണങ്ങൾ വിദ്യാർത്ഥി ഹൃദയങ്ങളെ വികസ്വരവും ഇടുങ്ങിയ മനസ്സുകളെ വിശാലപ്പെടുത്തുകയും ചെയ്തു. പൈ മാഷുടേയും രാമൻ നമ്പൂതിരിയുടേയുമൊക്കെ ഇംഗ്ലീഷ് ക്ലാസ്സുകളും എനിക്കേറെ ഇഷ്ടമായവയായിരുന്നു.

രണ്ടാം വർഷം, ഫൈനൽ പരീക്ഷ അടുത്തതോടെ എന്തു ചെയ്യണമെന്നറിയാതെ ഞാൻ എരിപൊരി കൊണ്ടു. പരീക്ഷകളിൽ ആദ്യം ഇംഗ്ലീഷ് ആയിരുന്നു. അത് മോശമില്ലായിരുന്നു. പിന്നെ മലയാളം അത് കഴിഞ്ഞായിരുന്നു മഹാമാരികളുടെ വരവ്. മാത്സ്, ഫിസിക്സ്, കെമിസ്ട്രി. മലയാളത്തിന്റെ ദിവസം ഒരു വിധം നന്നായി എഴുതി, ഞാൻ മതിയാക്കാനിരിക്കെ എന്റെ ബെഞ്ചിൽ തൊട്ടടുത്തിരിക്കുന്ന ബാലകൃഷ്ണൻ

എന്നോട് സ്വകാര്യമായി തിരക്കി: ആറാം ചോദ്യത്തിലെ സന്ധി ഒന്ന് പറയ്യോ?

ഉത്തരം എനിക്കറിയാമായിരുന്നു. ഞാൻ പറഞ്ഞു. ദ്വിത്വസന്ധി.

ബാലു എന്റെ ക്ലാസ്സിൽ തന്നെയായിരുന്നുവെങ്കിലും പഠിപ്പുകാര നൊന്നുമല്ലാത്ത ഒരു വെറും മിണ്ടാപ്രാണിയായിരുന്ന എന്നോട് അവൻ വലിയ ലോഹ്യമൊന്നും കാണിക്കാറില്ലായിരുന്നു. പഠിപ്പിസ്റ്റായിരുന്ന ആ ബാലകൃഷ്ണനാണ് എന്നോട് ചിരിക്കുന്നത് സംശയം ചോദിക്കുന്നത് എന്തത്ഭുതം!

പരീക്ഷ കഴിഞ്ഞു ഒന്നിച്ച ബസ്സ് സ്റ്റോപ്പിലേക്ക് നടക്കവേ ഞാൻ ബാലുവിനോട് പറഞ്ഞു.

"ഇനിയുള്ള പരീക്ഷകളിലെല്ലാം ഞാൻ തോൽക്കും"

"അതെന്താ."

"എനിക്ക് ഒരു വസ്തു അറിയില്ല"

"പിന്നെങ്ങനാ ജയിക്കുന്നേ?" ബാലു തിരക്കി

"ജയിക്കില്ല" ഞാൻ പറഞ്ഞു. 'നീ ഒരുപകാരം ചെയ്യണം. നീ എഴുതിയത് എഴുതിയത് ഷീറ്റുകൾ ഡസ്കിൽ എന്റേം നിന്റേം നടുക്ക് വെക്കണം. ഞാൻ പെട്ടെന്നങ്ങ് എഴുതിയെടുത്തോളാം."

'അയ്യോ അത് ശരിയാവൂല്ല" ബാലു തറപ്പിച്ച് പറഞ്ഞു. "എന്റേം നിന്റേം അടുത്തടുത്ത നമ്പരല്ലേ? ഒരേ ആളാ പേപ്പറ് നോക്കാ. കോപ്പിയടി പെട്ടെന്ന് തിരിയും. രണ്ടാളുടേം റിസൾട്ട് തടയും മൂന്നുകൊല്ലത്തേക്ക് ഡീബാറാക്കും..."

"നിന്റേത് അങ്ങനെ ഫുള്ളായൊന്നും ഞാൻ നോക്കി എഴുതൂല്ല. കഷ്ടി പാസിന് വേണ്ടതേ എഴുതൂ. ബാക്കി മുഴുവൻ ഞാൻ തെറ്റിച്ചും വേറെ മാതിരിയും എഴുതാം." ഞാൻ പറഞ്ഞു.

"അതെല്ലാം പിടിക്കും ഒറപ്പാ" – അവൻ സ്പീഡിൽ മുമ്പേ നടന്നു.

പിറ്റേന്ന് ഒരു വിധ പ്രതീക്ഷകളുമില്ലാതെ 'തോൽക്കാനായി ജനിച്ചവൻ' എന്ന ചിന്തയോടെ ഞാൻ പരീക്ഷയ്ക്ക് ചെന്നു.

മാത്സാണ്. ചോദ്യപേപ്പർ ഒന്നു രണ്ടുവട്ടം വായിച്ചു. എന്തുകാര്യം?

കാൽക്കുലസ്, ട്രിഗണോമെട്രി, ആൾജിബ്രാ ഒന്നിനും എന്തുത്തരമെഴുതണമെന്നറിയാതെ അന്തം വിട്ടിരുന്നു! അരിത്ത്മാറ്റിക്സിലെ ഒരു ചോദ്യത്തിന്റെ ഉത്തരം കഷ്ടിച്ചറിയാം. അതെങ്കിലത് ആ പ്രോബ്ലം എങ്ങനെയോ ചെയ്തു. ഇനിയെന്ത്?

ഞാൻ ബാലുവിനെ നോക്കി. അവൻ മുഖംതരുന്നില്ല. ശ്.ശശ്... ചെറിതായി ഞാൻ വിളിച്ച കക്ഷി കേട്ട ഭാവമില്ല. പരീക്ഷ തുടങ്ങിയിട്ട് അരമണിക്കൂർ കഴിഞ്ഞു. ഞാൻ കാൽനീട്ടി അവന്റെ കാലിനിട്ട് ഒരു ചവിട്ട് കൊടുത്തു. അവൻ തലയുയർത്തി ആദ്യം എന്നെയും പിന്നെ എക്സാമിനറെയും നോക്കി. കുറച്ച് കഴിഞ്ഞ് എഴുതിയതിന്റെ ഒരു ഷീറ്റ് അവന്റെയും എന്റെയും നടുക്കായി ബാലു ഡെസ്കിൽ വെച്ചു. അത് കഴിഞ്ഞ് മറ്റൊന്ന് അങ്ങനെ മൂന്നാലു ഷീറ്റുകൾ എനിക്കു നോക്കിയെഴുതാൻ പാകത്തിൽ അവൻ ഡസ്കിൻമേൽ വെച്ചു. ഒരു വിധം പാസ് മാർക്കിനുള്ളതായപ്പോൾ ഞാൻ അവനോട് പറഞ്ഞു. മതി. തുടർന്നുള്ള പരീക്ഷകൾക്കെല്ലാം ബാലു സഹായം ആവർത്തിച്ചു.

ബാലുവിന് 'ദിത്വസന്ധി' അറിയില്ല എന്ന ഒറ്റക്കാരണം ഞാൻ പ്രീഡിഗ്രി പാസ്സായി-

കണക്കും സയൻസുമൊന്നും എന്നെപ്പോലുള്ളവന് പറഞ്ഞതല്ലെന്നും എഞ്ചിനീയറോ ഡോക്ടറോ ആകാൻ മാത്രമുള്ള ബുദ്ധിയൊന്നും എനിക്കില്ലെന്നുമുള്ള ഉറച്ചബോധ്യം കൊണ്ടാവണം ഞാൻ ഡിഗ്രിക്ക് ബി.എ. ലിറ്ററേച്ചറിന് ചേർന്നു. വടക്കേ മലബാറിൽ അന്ന് തലശ്ശേരി ബ്രണ്ണനിലേ അതുള്ളൂ. അവിടെ-

ബ്രണ്ണനിലെ മൂന്നാലു വർഷങ്ങൾ...

ഭൂമി പാതാളങ്ങളും സ്വർഗ്ഗനരകങ്ങളും ഈരേഴു പതിന്നാലു ലോകങ്ങളും അക്കാലം കൊണ്ട് കണ്ടും അളന്നും അനുഭവിച്ചും തീർത്തു. ഒന്നുമറിയാതെ അവിടെത്തിച്ചേർന്ന ഞാനെന്ന ആ പോഴക്കാരൻ ചെക്കൻ- ഗണപതി ഹോമങ്ങൾക്കു മാത്രം പുക ശ്വസിച്ചവൻ ബീഡിയിലും സിഗരറ്റിലും നീലച്ചടയൻ കഞ്ചാവിന്റെ ധൂമ വലയങ്ങളിലും കിടന്നു പുളഞ്ഞു. ആധുനികതയും അത്യന്താധുനികതയും അറിഞ്ഞു. പച്ചവെള്ളം പോലും ചവച്ചുകുടിച്ചിരുന്ന ബ്രാഹ്മണ കുമാരൻ ചാരായ വാരിധികളിൽ നീന്തി നീരാടി.

ഒ.വി. വിജയനും എം. മുകുന്ദനും ഹോമിചിനും ഉവേരയും, മാവോയും ചിരപരിചിതർ. മാർക്സിസവും നക്സലിസവും മാവോയിസവും "കരതലാമലകം". നീളൻ മുടിയും കുറ്റിത്താടിയും മുഷിഞ്ഞ വസ്ത്രങ്ങളുമായി കോളേജ് വരാന്തകളിലും മരത്തണലുകളിലും ശാന്തി വനത്തിലും കാന്റീൻ മുറികളിലും സൂര്യന്റെ കീഴെ ഭൂമിക്ക് മുകളിലുള്ള സകലതിനെക്കുറിച്ചും ചർച്ചയും സെമിനാറും സിമ്പോസിയവും നടത്തി. ക്ലാസ്സ്മുറികളിലേക്ക് മാത്രം അറിഞ്ഞോ, അറിയാതെയോ കാലെടുത്തുവെച്ചില്ല. വിജയൻമാഷിനെപ്പോലുള്ളവരെ ഒളിച്ചുനടന്നു. അങ്ങനെയൊരു കാലം! അവസാനം വിഷയം ലിറ്ററേച്ചർ ആയതുകൊണ്ടുമാത്രം ഡിഗ്രിയെന്ന കടമ്പ കടന്നു. ട്യൂട്ടോറിയൽ വാദ്ധ്യാർ, എൽ.ഐ.സി ഏജന്റ്, പത്രാധിപർ, എഴുത്താളൻ, തുടങ്ങിയ 'സ്വയം തൊഴിലുകളുമായി' കുറേ നാൾ നടന്നു. ഒടുക്കം ഒരു ബസ്സ് കമ്പനിയിൽ കണക്കപ്പിള്ള!

കണ്ടക്ടർ, ഡ്രൈവർ, കിളികൾ, ഫിറ്റർമാർ അവരുടെയൊക്കെ ശമ്പളം, ബത്ത, അലവൻസ്, ലീവ്, ടയർ, ഡീസൽ, സ്പെയർ പാർട്സ്, വരവ്-ചെലവ്, ഡേ ബുക്ക്, ലെഡ്ജർ, ആർ&ഡി, പ്രോഫിറ്റ്&ലോസ്സ്ബാലൻസ് ഷീറ്റ്. കണക്കുമായും അക്കങ്ങളുമായും പുലബന്ധമില്ല എന്നുറച്ച് ലിറ്ററേച്ചറിലേക്ക് 'ഓടി ഒളിച്ചവൻ'- ദാണ്ടെ വീണ്ടും കണക്കിന്റെ കുരുക്കിൽ! മൂഷികസ്ത്രീ വീണ്ടും മൂഷിക സ്ത്രീ!

നാലഞ്ചു വർഷം ലോകമെന്നത് കണ്ടക്ടറും, കിളികളും ഡ്രൈവർമാരുമായിച്ചുരുങ്ങി. അവരോടൊപ്പം സർവ്വം മറന്ന് കെട്ടിമറിഞ്ഞ് ആർത്തുകഴിഞ്ഞു.

അപ്പോൾ ദാ വരുന്നു ഒരു ആകസ്മികത; സി.പി. നാരായണൻ എം.എൽ.എ യുടെ അനുജൻ സി.പി. ദാമോദരന്റെ രൂപത്തിൽ!

പാർട്ടി ഓഫീസിന്റെ തൊട്ടടുത്ത മുറിയിലായിരുന്നു ബസ്സ് കമ്പനി ആഫീസ്. ഡി.സി ആഫീസിൽ നിന്നുള്ള വിളി അറ്റൻഡ്ചെയ്യാനും അങ്ങോട്ട് വിളിക്കാനുമായി പാർട്ടിക്കാരായ നേതാക്കൾ ഇടയ്ക്കിടെ ബസ്സ് കമ്പനിയാഫീസിൽ വരും. (അന്ന് അടുത്ത് അവിടെയേ ഫോണുള്ളൂ)

ഒരിക്കൽ ആഫീസിൽ വന്ന സി.പി. ദാമോദരൻ എന്നോട് തിരക്കി. ഡേ നീ ഡിഗ്രി പാസ്സായവനല്ലേ?

“അതെ” ഞാൻ പറഞ്ഞു.

പിന്നെന്താ ഇവിടിങ്ങനെ ചൊറിയും കുത്തിയിരിക്കുന്നേ? വേറൊന്നും നോക്കുന്നില്ലേ?

“എന്തു നോക്കാൻ? “ഞാൻ നിരാശാഭരിതനായ അന്നത്തെ ചെറുപ്പക്കാരൻ പറഞ്ഞു. “നീ ഒരു കാര്യം ചെയ്യ്. എച്ച്.ഡി.സി. എന്നൊരു കോഴ്സുണ്ട്. അതിന് ചേര്. കോ-ഓപ്പറേറ്റീവ് ട്രെയിനിംഗ് കഴിഞ്ഞ ആളുകളില്ല. ഇപ്പതന്നെ ബാങ്കുകളിലും ഡിപ്പാർട്ട്മെന്റിലുമൊക്കെയായി ഇഷ്ടം പോലെ ഒഴിവുണ്ട്.”

അതിന് എച്ച്.ഡി.സി അഡ്മിഷന് ഭയങ്കര ടൈറ്റല്ലേ? പിന്നെ ഇവിടൊന്നും കോളേജില്ല. കോഴിക്കോട് പോണം. ഒരു കൊല്ലം. അതും കഴിഞ്ഞുവരുമ്പം ഈ ജോലീം പോവും’ ഞാൻ പറഞ്ഞു.

അതിനെല്ലാം വഴിയാക്കാം. നീ റെഡിയാണോന്നു പറ. ബാക്കി ഞാനേറ്റു. സീറ്റ് ശരിയാക്കാം ആഴ്ചേല് ഒന്നോ, രണ്ടോ ദിവസം ക്ലാസ്സിന് പോയാൽ മതി. അറ്റൻഡൻസൊക്കെ അവിടുത്തെ പ്രിൻസിപ്പാളിനോട് ഞാൻ പറഞ്ഞോളാം. നിനക്കാവുമ്പോ പോവാനും വരാനും പൈസ വേണ്ട കോഴിക്കോട് റൂട്ടിൽ ഇഷ്ടം പോലെ പ്രൈവറ്റ് ബസ്സില്ലേ? സി.പി. പറഞ്ഞു നിർത്തി. (അന്ന് അദ്ദേഹമായിരുന്നു സ്റ്റേറ്റ് കോ.ഓപ് യൂണിയൻ സെക്രട്ടറി) ഞാൻ സമ്മതം പറഞ്ഞു.

ഒരു വർഷം കഴിഞ്ഞപ്പോൾ ഞാൻ എച്ചി.ഡി.സി കോഴ്സ് പാസ്സായി. അടുത്ത ആകസ്മിത എന്റെ സഹപാഠിയും അന്ന് എൻ.ജി.ഒ അസോസിയേഷൻ പ്രവർത്തകനുമൊക്കെയായിരുന്ന സി.സി പ്രഭാകരന്റെ രൂപത്തിലായിരുന്നു.

ബസ്സുകളുടെ പെർമിറ്റ് പുതുക്കാനോ മറ്റോ ആയി ആർ.ടി.ഒ ഓഫീസിൽ ചെന്ന ഞാൻ ഒരുച്ചയ്ക്ക് സിവിൽ സ്റ്റേഷൻ വരാന്തയിൽ പുറത്തെ വെയിലിലേയ്ക്ക് നോക്കി നിൽക്കുകയാണ്. “ഡേയ്” പെട്ടെന്ന് ആരോ പുറത്തൊരടി. നോക്കുമ്പോഴാണ് ബ്രണ്ണനിൽ കോളേജ് മേറ്റായിരുന്ന പ്രഭാകരൻ! കോളേജ് വിട്ട് ഏറെ വർഷങ്ങൾക്ക് ശേഷം ഞങ്ങൾ കാണുകയാണ്.

“എന്താ ആലോചിക്കുന്നേ?” പ്രഭാകരൻ ചോദിച്ചു.

“കാര്യമായൊന്നുല്ല, ഉച്ചയൂണ് എവിടുന്ന് വേണംന്നാ”...

അതിനെന്താ ഇത്ര ആലോചിക്കാൻ... നമുക്കൊന്നിച്ച കഴിക്കാം” പ്രഭാകരൻ പറഞ്ഞു.

“അതല്ല, കോഫീ ഹൗസീന്ന് സാദാ ഊണ് കഴിക്കണോ, കവിതാ ബാറിലോ മറ്റോ ചെന്ന് ഓരോന്ന് പൂശി ഉണ്ണണോ –ന്നാണ്” ഞാൻ പറഞ്ഞു.

“ശ്ശെടാ! നീയിപ്പോളും പഴയതൊന്നും വിട്ടിട്ടില്ല അല്ലേ? എനിക്കേതായാലും വേഗം ഉണ്ട് വന്ന് കുറെ ജോലി ഉള്ളതാ. അതും മാഷൻമാരും ടീച്ചർമാരുമാ കാത്ത് നിൽക്കുന്നേ”

പ്രഭാകരൻ ആർ.ടി.ഒ ഓഫീസിനു മുകളിൽ (ഡി.ഡി. ഓഫീസിൽ ക്ലാർക്കാണ്, ഒരോട്ടോയിൽ ഞാനും പ്രഭാകരനും കവിതയിലേക്ക് വിട്ടു. പ്രഭാകരൻ ഒരു ഗ്ലാസ്സ് ബിയർ മാത്രം കഴിച്ചു. ബാക്കി ബിയറും രണ്ട് പെഗ്ഗും ഞാൻ വീശി.

“നീ പി.എസ്.സിക്കൊന്നും അപേക്ഷിക്കാറില്ലേ?” പ്രഭാകരൻ തിരക്കി.

ഓ! ഇതുവരെയും ഒന്നിനും അപേക്ഷിച്ചിട്ടില്ല.

“ഇത്രേം കാലമായിട്ട്! വല്ലാത്തൊരു കക്ഷി തന്നെ നീ” പ്രഭാകരൻ പറഞ്ഞു. “ഒരു കാര്യം ചെയ്യ് കഴിഞ്ഞാഴ്ചത്തെ ഗസറ്റിൽ കോ. ഓപ്പറേറ്റീവ് ഇൻസ്പെക്ടർമാരുടെ പോസ്റ്റിന് വിളിച്ചിട്ടുണ്ട്. നീ ഒന്നപേക്ഷിക്ക്. ഹോൾടിക്കറ്റ് കിട്ടിയാൽ എന്നെ ഒന്നു വന്ന് കാണ്.” രണ്ട് ദിവസം കഴിഞ്ഞ് ഞാൻ പ്രഭാകരൻ പറഞ്ഞതുപോലെ അപേക്ഷ അയച്ചു. മാസങ്ങൾ കഴിഞ്ഞു. ഹാൾടിക്കറ്റ് വന്നപ്പോൾ ഞാനവനെക്കണ്ടു. നമ്പർ കൊടുത്തു. അവനൊന്നും പറഞ്ഞില്ല. ചുമ്മാ ചിരിച്ചു (അല്ലെങ്കിലും എന്തെങ്കിലും ചെയ്യാൻ അവൻ പി.എസ്.സി മെമ്പറൊന്നുമല്ലല്ലോ) അന്ന് ബിയറിന്റെ ചവർപ്പിൽ വെറുതെ ഇളക്കിയതാവും ഞാൻ കരുതി. പിന്നെ ഞാനവനെ കാണാനൊന്നും പോയില്ല.

പി.എസ്.സി പരീക്ഷാ ദിവസം കവിതാബാറിന്റെ അപ്പുറത്തെ വളവിലെ സ്കൂളിലായിരുന്നു സെന്റർ. പോകും വഴി ഞാൻ കവിതയിൽ കയറി ഒന്നു വീശി.

വായിച്ചൊന്നുമില്ലെങ്കിലും മുണ്ടിനുള്ളിൽവെച്ച് കോപ്പിയടിക്കാമല്ലോ എന്നോർത്ത് ഞാൻ ഒന്നു രണ്ടു പുസ്തകങ്ങൾ കരുതിയിരുന്നു. ഹാളിലെ ഇൻവിജിലേറ്ററുടെ മുഖം കണ്ടതോടെ ഞാൻ കോപ്പിയടിശ്രമം വേണ്ടെന്നു വച്ചു. ഒറ്റനോട്ടത്തിലറിയാം ദുഷ്ടൻ ഒന്നിനും വിടില്ലെന്ന്. കൊണ്ടു വന്ന പുസ്തകങ്ങൾ പുറത്ത് ജനൽപ്പടിയിൽവെച്ച് ഞാൻ ഹാളിലേക്ക് കയറി. ഒറ്റനോട്ടത്തിലറിയാം ദുഷ്ടൻ ഒന്നിനും വിടില്ലെന്ന്. കൊണ്ടുന്ന പുസ്തകങ്ങൾ പുറത്ത് ജനൽപ്പടിയിൽവെച്ച് ഞാൻ ഹാളിലേക്ക് കയറി. ചോദ്യപേപ്പർ കിട്ടി. ഇന്നത്തെപ്പോലെ 100 തരം വൺവേർഡ് ചോദ്യങ്ങളല്ല. സബ്ജക്ട് മാത്രം. അതും നാലഞ്ച് എസ്സേകൾ! എന്തു പറയാൻ എല്ലാം ഞാൻ കൊണ്ടുവന്ന പുസ്തകങ്ങളിലേത്! ഒന്നുമറിച്ചു നോക്കുകയെങ്കിലും ചെയ്തിരുന്നെങ്കിൽ പുല്ലുപോലെ എഴുതാമായിരുന്നു.

എല്ലാവരും ചകന്നെഴുതുന്നു. ഞാൻ വടി പോലെയിരിക്കുന്നു. എക്സാമിനർ എന്നെ ശ്രദ്ധിക്കുന്നുണ്ട്.

ഞാനും ഉത്തരക്കടലാസിൽ എഴുത്ത് തുടങ്ങി. ഒന്നാം ചോദ്യത്തിനുത്തരമായി തലേന്നു കണ്ട അരവിന്ദന്റെ 'ചിദംബരം' സിനിമയെക്കുറിച്ച് എഴുത്ത് ഒരു പാരഗ്രാഫോളം എത്തിയിരുന്നു.

'എന്തായീ എഴുതുന്നേ?' എക്സാമിനർ കശ്മലൻ എന്റെ ഉത്തരക്കടലാസ്സിലേക്കു നോക്കി ചിരിച്ചങ്ങനെ നിൽക്കുന്നു!

"ഉത്തരമുള്ള പുസ്തകങ്ങൾ വല്ലതും കൊണ്ടുവന്നിട്ടുണ്ടോ?" കശ്മലൻ തലതാഴ്ത്തി ഒരു സ്വകാര്യം പോലെ എന്നോടു തിരക്കി

"ഉണ്ട്" ഞാൻ ജാള്യതയോടെ പറഞ്ഞു.

"എവിടാ ഉള്ളത്"

ആ ജനൽപ്പടിയിൽ നീലച്ചട്ടയുള്ളത്. ഞാൻ പറഞ്ഞു.

അദ്ദേഹം ആരും കാണാതെ പുസ്തകം കൊണ്ടുവന്ന് എന്റെ മടിയിലേക്കിട്ടു. വേഗം നോക്കിയെഴുത്. അതും പറഞ്ഞ് പുള്ളി വാതിൽക്കലേക്ക് നടന്നു. അവിടത്തന്നെ നിന്നു. ചീഫ് എക്സാമിനർ വരുന്നുണ്ടോ എന്ന് നോക്കാനായിരിക്കണം

ഉത്തരമെല്ലാം നന്നായെഴുതി പേപ്പർ തിരിച്ചേൽപ്പിക്കേ എക്സാമിനർ

തിരക്കി. “ഡീഡി ഓഫീസിലെ പ്രഭാകരന്റെ സുഹൃത്തല്ലേ?”

അപ്പോഴാണ് ഞാൻ ഞെട്ടിയത്.

“അറിയും. ഞങ്ങളൊന്നിച്ച പഠിച്ചതാ” ഞാൻ പറഞ്ഞു.

“ഞാനിവിടത്തെ ടീച്ചറാ. പ്രഭാകരൻ നിങ്ങളെപ്പറ്റി പറഞ്ഞിരുന്നു.” എക്സാമിനർ പറഞ്ഞു. ഞാൻ നന്ദിയോടെ ചിരിച്ചു.

***

പ്രഭാകരൻ വാക്കു പാലിച്ചു. റാങ്ക് ലിസ്റ്റ് വന്നപ്പോൾ ഞാൻ ഏറെ മുന്നിൽ. ഒരു വർഷത്തിനുള്ളിൽ ഞാൻ സഹകരണ വകുപ്പിൽ ഇൻസ്പെക്ടറായി ജോലിയിൽ പ്രവേശിച്ചു. പ്രീഡിഗ്രിക്ക് ഉത്തരക്കടലാസ് കോപ്പിയടിക്കാൻ തന്ന് എന്നെ ജയിപ്പിച്ച ബാലകൃഷ്ണൻ. പിന്നെ ഇൻകം ടാക്സ് വകുപ്പിൽ വലിയ ഓഫീസറായി പിരിഞ്ഞു. എന്നെ സർക്കാരുദ്യോഗസ്ഥനാക്കാൻ മിനക്കെട്ട സി.സി. പ്രഭാകരൻ ഏതാനും വർഷം മുമ്പ് കാൻസർ വന്ന് മരിച്ചു. ഞാനിപ്പോഴും ഓരോരോ ആകസ്മിതകളെ വരവേറ്റ് ഇങ്ങനെയിങ്ങനെ..

പ്രസാധകരുടെ രാജ്യഭാരം

'അന്ധകാരനഴി' നോവലിന്റെ രചയിതാവായ ഇ. സന്തോഷ് കുമാർ 16 വർഷം മുമ്പ് എഴുതിയ 'സങ്കടമോചനത്തിന് ഒരു കൈപ്പുസ്തകം' എന്നൊരു ചെറുകഥയുണ്ട്. പ്രസ്തുത കഥ അടുത്തിടെ ശ്രീ. എൻ. ശശിധരൻ ഒരു നാടകമാക്കി മാറ്റി എഴുതുകയും കാസറഗോഡിനടുത്ത കാറഡുക്കയിലെ ഫ്രൻസ് കമ്പൈയിൻസ് അതിമോഹനമായി അതിന്റെ രംഗാവതരണം നടത്തുകയുമുണ്ടായി.

നാൽപ്പതുകളുടെ തുടക്കത്തിലെപ്പോഴോ കുന്ദംകുളത്തെ പ്രസാധനാലയങ്ങളിലൊന്നായ 'ഇയ്യുണ്ണി അച്ചുകൂടം' നടത്തിയിരുന്ന നിരക്ഷരനായ സി.കെ. ഇയ്യുണ്ണി എന്ന പക്കാ കുന്ദംകുളം വ്യാപാരിയെക്കുറിച്ചും 'സങ്കടമോചനത്തിന് ഒരു കൈപ്പുസ്തകം' എന്ന പാട്ടുപുസ്തകത്തെക്കുറിച്ചും രചയിതാവായ തേലക്കര ചമരു എന്ന ഗ്രാമകവിയെക്കുറിച്ചുമുള്ളതാണ് ഇ. സന്തോഷ്കുമാറിന്റെ കഥയും ശ്രീ.എൻ. ശശിധരന്റെ നാടകവും

ആളുകൾ കൂടുന്ന കവലകൾ, ഉത്സവപ്പറമ്പുകൾ, പൂരം, പെരുന്നാൾ എന്നിവിടങ്ങളിലൊക്കെ കൊണ്ടുനടന്നു വിൽക്കുന്ന പാട്ടുപുസ്തകങ്ങൾ, കുറ്റാന്വേഷണ കഥകൾ. പുരാണ ചരിതങ്ങൾ എന്നിവയുടെ പ്രസാധകനാണ് സി.കെ. ഇയ്യുണ്ണി. നിഷ്കളങ്കനും ഗ്രാമീണനും നിത്യ കാമുകനും ദരിദ്രനും ചങ്ങമ്പുഴയെപ്പോലെ ക്ഷയരോഗബാധിതനുമായ ഒരു പ്രേമകവിയാണ് തേലക്കര ചമരു. തന്റെ പാട്ടുപുസ്തകം 'സങ്കടമോചനത്തിനൊരു കൈപ്പുസ്തകം' അച്ചടിച്ച് പ്രസിദ്ധപ്പെടുത്തുന്നതിന് ഇയ്യുണ്ണിയെ കാണുന്നു. കവിത ബുക്കുകൾക്ക് ചിലവില്ലെന്നും അതുകൊണ്ടുതന്നെ

അച്ചടിക്ക് താൽപര്യമില്ലെന്നുമുള്ള തന്റെ സ്ഥിരം ഡയലോഗ് ഇയ്യുണ്ണി പറയുന്നു. 'എങ്ങനേങ്കിലുമൊന്ന്' എന്ന ചമരുവിന്റെ കേണപേക്ഷ മാനിച്ച് 'ശരി ഇവിടെ വെക്ക് വായിച്ചു നോക്കട്ടെ, കുറച്ചു നാൾ കഴിയട്ടെ. മാറ്റർ വാങ്ങിവെച്ച് ഇയ്യുണ്ണി ചമരുവിനെ വിടുന്നു.

ചമരുവിന്റെ രചന വായിച്ച അച്ചുകൂടത്തിലെ 'റീഡർ പാപ്പ' ഇയ്യുണ്ണിയോട് 'ഇത് ചങ്ങമ്പുഴയുടെ 'രമണനേ'ക്കാളും വിൽക്കാനിടയുള്ള ഒരപാര പ്രേമകവിതയെന്നും ഉടനെ അടിക്കണമെന്നും പറയുന്നു. ഇയ്യുണ്ണി ബുക്കിന്റെ ആയിരക്കണക്കിന് കോപ്പി അടിച്ചു കെട്ടുന്നതിനിടെ ഒരു നാൾ ചമരു അന്വേഷിച്ചു. ചെന്നു 'എടോ. പെട്ടെന്നൊന്നും നടക്കില്ല. മുമ്പേ ഏറ്റ ചെലതൊക്കെയുണ്ട്. അതുകഴിയട്ടെ' 'ഏതായാലും ഇത് വെച്ചോ,' കുറച്ചു പണം ചമരുവിന് കൊടുത്ത് ഇയ്യുണ്ണി റീഡർ പാപ്പവിനോടു പറഞ്ഞു. മുദ്രക്കടലാസിലൊന്ന് ചമരുവിനെക്കൊണ്ട് സമ്മതം എഴുതിവെക്ക്. മുദ്ര പേപ്പറൊപ്പിട്ട് പണവും വാങ്ങി ചമരു പോയി.

ചന്തകളിലും കവലകളിലും ഉത്സവപ്പറമ്പുകളിലും 'സങ്കടമോചനത്തിനൊരു കൈപ്പുസ്തകം' ആദ്യമാദ്യം ഒറ്റയൊറ്റയായും പിന്നെ കേട്ടറിഞ്ഞ് കേട്ടറിഞ്ഞ്' റീഡർ പാപ്പവിന്റെ പ്രവചനം പോലെ ചൂടപ്പം കണക്ക് വിറ്റു. ഇയ്യുണ്ണി പിന്നെയും പിന്നെയും അച്ചു നിരത്തി.

ഒരു നാൾ ചമരു തന്റെ പാട്ടുപുസ്തകത്തിന്റെ അച്ചടിക്കോപ്പിയുമായി ഇയ്യുണ്ണി അച്ചുകൂടത്തിലേക്ക് ചാടിക്കയറി വന്നു. 'ഇതെന്താ നിങ്ങള് ചെയ്തേക്കുന്നേ' എന്നലറിക്കൊണ്ട് പുസ്തകം ഇയ്യുണ്ണിയുടെ മേശപ്പുറത്തേക്കെറിഞ്ഞു. 'എന്താ ചമരു... എന്താ പ്രശ്നം? ഒന്നുമറിയാത്തവനെപ്പോലെ ഇയ്യുണ്ണി ചമരുവിനെ നോക്കി.

'നോക്ക് ആരുടെ പേരിലാ അച്ചടിച്ചിരിക്കുന്നേ?' ചമരു വിറച്ചു

പുസ്തകത്തിന്റെ ഒന്നാം പേജിൽ 'സങ്കടമോചനത്തിനൊരു കൈപ്പുസ്തകം' കവിത. ഗ്രന്ഥ കർത്താവ് 'സി.കെ ഇയ്യുണ്ണി' എന്ന് വലിയ അക്ഷരത്തിൽ അച്ചടിച്ചിരിക്കുന്നു.

'ക്ഷമിക്ക് ചമരു. ഞാനറിഞ്ഞ് ചെയ്തതല്ല, അച്ചുകൂടത്തിലെ പിള്ളക്ക് പിശകിയതാവും. ആ പാപ്പ ശ്രദ്ധിക്കണ്ടെ, ഞാനും നോക്കീല്ല'

ഇയ്യുണ്ണി കുറച്ച് നോട്ടെടുത്ത് ചുരുട്ടി ചമരുവിന് നീട്ടി. അയാളത് വാങ്ങി കുറച്ചുനേരം മിണ്ടാതെ നിന്നു. പിന്നെ നോട്ടുകൾ ഇയ്യുണ്ണിയുടെ

മുഖത്തേക്ക് വലിച്ചെറിഞ്ഞു. 'മൊതലാളീ ഇയ്യൊരു ചതി എന്നോട് വേണ്ടായിരുന്നു.' എന്നും പറഞ്ഞ് തേങ്ങിക്കരഞ്ഞ് പ്രസ്സിന്റെ പടികളിറങ്ങിപ്പോയി.

ചമരുവിന്റെ പാട്ട് അത്ര നന്നെങ്കിൽ തന്റെ പേരിലങ്ങിറക്കിയാലോ എന്നു തെരക്കിയപ്പോൾ റീഡർ പാപ്പ പറഞ്ഞതാണ് 'അതൊക്കെ പിന്നെ പ്രശ്നാവൂന്ന്' കുറച്ചു കാശു കൂടി കൊടുത്താൽ ചമരു അടങ്ങിക്കോളുമെന്നാണ് ഇയ്യുണ്ണി കരുതിയിരുന്നത്. ഇതിപ്പോ അവനെന്താക്കാനാണ് അടിക്കാനുള്ള അവകാശം തനിക്കു വിറ്റ ഒപ്പിട്ട മുദ്രപേപ്പർ തന്റെ കൈയിലുണ്ടല്ലോ. ഇയ്യുണ്ണി സമാധാനിച്ചു.

പിറ്റേന്നു കാലത്ത് ഇയ്യുണ്ണി അച്ചുകൂടത്തിന്റെ മുൻവശത്തെ കഴുക്കോലിൽ ചേലക്കര ചമരു എന്ന ഗ്രാമകവിയുടെ ജഡം തൂങ്ങിയാടുന്നതാണ് വഴിപോക്കർ കണ്ടത്!

സന്തോഷ് കുമാറിന്റെ കഥയും ശ്രീ ശശിധരന്റെ നാടകവും അവയിലെ അതേപോലെയല്ലെങ്കിലും കാര്യങ്ങൾ മലയാള സാഹിതീയ പ്രസാധകരുടെയും എഴുത്തുകാരുടെയും സമകാലീക അവസ്ഥകളിലേക്ക് വിരൽ ചൂണ്ടുന്നു എന്നതു കൊണ്ടാണ് ഒരാമുഖമായി ഇത്രയും പറഞ്ഞത്.

ഇന്നിപ്പോൾ 'ചമരു'വിന്റെയും ഇയ്യുണ്ണിയുടേയുമൊക്കെ പ്രാകൃതാവസ്ഥയിലല്ല മലയാളത്തിലെ പ്രസാധകരും എഴുത്തുകാരും എന്നറിയാം. അവരൊക്കെ ഏറെ ആധുനികവൽക്കരിക്കപ്പെടുകയും അതിസാമർത്ഥ്യക്കാരായി മാറുകയും ചെയ്തിട്ടുണ്ട്. പക്ഷെ പല കാര്യങ്ങളിലും സ്ഥിതി പരിതാപകരമായി തുടരുക തന്നെയാണ്.

പഴയകാലം വളരെക്കുറവ് എഴുത്തുകാരും അച്ചുകൂടങ്ങളും പ്രസാധകരുമായിരുന്നു ഉണ്ടായിരുന്നത്. എഴുത്തുകാർതന്നെ അച്ചുകൂടങ്ങളിൽ സ്വന്തം കൃതികൾ അച്ചടിപ്പിച്ച് സ്വയം കൊണ്ടു നടന്നു വിൽക്കുക അല്ലെങ്കിൽ കൂലി കൊടുത്ത് മറ്റുള്ളവരെ വിൽക്കാൻ ഏൽപ്പിക്കുക എന്നതായിരുന്നു ആദ്യകാലം രീതി. പിന്നെയാണ് പ്രസാധകരുണ്ടായത്. അധികവും അച്ചുകൂട ഉടമകൾ തന്നെയായിരുന്നു പ്രസാധകർ.

ശ്രീരാമ വിലാസം ബുക്ക് ഡിപ്പോ, ചമ്പക്കുളം ബുക്ക് ഡിപ്പോ, വിദ്യാർത്ഥി മിത്രം, എസ്.ടി. റെഡ്യാർ സൺസ്, ആമിനാ ബുക്ക് സ്റ്റാർ,

എച്ച് ആന്റ് സി, വിവേകോദയം, പി.കെ ബ്രദേഴ്സ്, കെ.ആർ ബ്രദേഴ്സ്, പൂർണ്ണ എന്നിവരുടേതായിരുന്നു ഒരു കാലം, പിന്നെ കാരൂർ, വർക്കി, ഡീസി, എന്നിവരുടെ മേൽനോട്ടത്തിലുണ്ടായ – ഒരു പക്ഷെ പുസ്തക പ്രസാധന ചരിത്രത്തിലെ ലോകാത്ഭുതം തന്നെയായി മാറിയ സാഹിത്യപ്രവർത്തക സഹകരണ സംഘം.

കാരൂരും വർക്കിയും ഡീസിയും മാധവൻ നായരുമൊക്കെ 'സംഘ'ത്തെ നയിച്ചിരുന്ന കാലം മലയാളത്തിലെ സാഹിത്യ എഴുത്തുകാരുടെയും വായനക്കാരുടെയും 'സുവർണയുഗം' തന്നെയായിരുന്നു. നല്ല എഴുത്തുകാർ ആരെന്നും കൃതികളുടെ മികവ് എന്തെന്നും അറിയാവുന്നവരായിരുന്നു അക്കാല സംഘ സാരഥികൾ. മികച്ച രചനകളെ വായനക്കാരിലെത്തിക്കുന്നതിൽ അവർ പ്രതിജ്ഞാബദ്ധരായിരുന്നു. ഭാഷയ്ക്കും സാഹിത്യത്തിനും എന്നേക്കും മുതൽക്കൂട്ടായ നൂറുകണക്കിന് കൃതികൾ അക്കാലം പ്രസിദ്ധീകരിക്കപ്പെട്ടു. തകഴി, വർക്കി, ദേവ്, കാരൂർ, കോവൂർ, പാറപ്പുറത്ത്, മുട്ടത്തുവർക്കി, ബഷീർ, പൊറ്റക്കാട്, മലയാറ്റൂർ തുടങ്ങി എണ്ണിയാലൊടുങ്ങാത്തവരുടെ സാഹിത്യരചനകൾ വായനക്കാരുടെ കൈകളിലെത്തി. പുസ്തക പ്രസാധനത്തെ വെറുമൊരു കച്ചവടം മാത്രമായി കാണാത്ത ഒരു പുതിയ പ്രസാധക ലോകം അങ്ങനെ നിലവിൽ വന്നു.

'സംഘ'ത്തിന്റേയാ സുവർണകാലം സാഹിത്യകാരൻമാരുടെ തന്നെ അതിബുദ്ധിയും സ്വാർത്ഥതയുടെ അത്യാർത്തികളും മൂലം ക്രമേണ മങ്ങിയൊടുങ്ങിത്തുടങ്ങി.

'സംഘം' മങ്ങിയ കാലമാവണം കോട്ടയത്തെ ശ്രീ.ഡീ.സി കിഴക്കെമുറിയുടെ ഡീസി ബുക്സും, തൃശ്ശൂരിൽ ശ്രീ. തോമസിന്റെ കറന്റ് ബുക്സും വന്നത്. രണ്ടുപേരും രണ്ടു രീതികളിലാണെങ്കിൽപ്പോലും സാഹിത്യത്തിലെ സർഗധനരായ എഴുത്തുകാരെ കണ്ടറിയുകയും പ്രോത്സാഹിപ്പിക്കുകയും അറിഞ്ഞാദരിക്കുകയും ചെയ്ത പ്രസാധക പ്രതിഭകളായിരുന്നു. പ്രസാധനത്തിലും വിതരണത്തിലും റോയിൽറ്റി നൽകുന്നതിലൊക്കെയുമുള്ള വൃത്തിയും കൃത്യനിഷ്ഠതയും ഡീസി കിഴക്കെ മുറിയുടെ മുഖ മുദ്രയായിരുന്നു.

തൃശ്ശൂരിലെ കറന്റ് ബുക്സ് (ഇപ്പോഴത്തെ കോസ്മോ ബുക്സ്) സ്ഥാപകനായിരുന്ന ശ്രീ. തോമസ് (വി.കെ.എൻ ഭാഷയിൽ പറഞ്ഞാൽ 'കറന്റ്

തോമ') അക്കാല പ്രസാധകർക്കിടയിലെ മറ്റൊരുപൂർവ്വ പ്രതിഭയായിരുന്നു. ഒരർത്ഥത്തിൽ 'കറന്റ് തോമ' എന്ന പ്രസാധകനാണ് എം.ടി അടക്കമുള്ള അക്കാല പുതുതലമുറ എഴുത്തുകാരെ മുഴുവൻ അവരുടെ പുസ്തകങ്ങളിലൂടെ മലയാളികളുടെ വായനാലോകത്തെത്തിച്ചതും ബഹുമാന്യരാക്കിയതും.

വി.കെ.എൻ., മാധവിക്കുട്ടി, മുകുന്ദൻ, കോവിലൻ, കാക്കനാടൻ, എം.പി. നാരായണപിള്ള, പുനത്തിൽ കുഞ്ഞബ്ദുല്ല, തുടങ്ങിയ പുതുതലമുറ എഴുത്തുകാരുടെ ഒരു നീണ്ട നിരയെതന്നെ കറന്റ് തോമസ് എന്ന പ്രസാധകൻ രംഗത്തവതരിപ്പിച്ചു. ഡീസിയുടെയും കറന്റ് തോമസിന്റെ പിൻമുറക്കാരായ ശ്രീരവി പെപ്പിൻ തോമസ് എന്നിവർ പ്രസാധന രംഗത്ത് ശക്തരായി നിലനിൽപ്പുണ്ടെങ്കിലും- സാഹിത്യകൃതികളുടെ പ്രകാശനത്തിൽ പൂർവ്വസൂരികളെവെന്നു എന്ന് പറക വയ്യ.

വർത്തമാനകാലം: കൂടിയ സാക്ഷരതായാണോ സർഗാത്മകതയാണോ കാരണമെന്നറിയില്ല മദ്യപരുടെ എണ്ണം പോലെ തന്നെ കേരളത്തിൽ സാഹിത്യ എഴുത്തുകാരുടെ എണ്ണവും ചുരുങ്ങിയ കാലം കൊണ്ട് ലക്ഷക്കണക്കിന് കൂടിയിട്ടുണ്ട്. അതുകൊണ്ട് തന്നെ പ്രസാധകരുടെ എണ്ണവും വർദ്ധിച്ചിട്ടുണ്ട്. ഡിസി., തൃശ്ശൂർ, കറന്റ് എന്നിവയ്ക്കുപുറമെ മാതൃഭൂമി, മനോരമ, ചിന്ത, ദേശാഭിമാനി തുടങ്ങിയ വൻകിട മാധ്യമ സ്ഥാപനങ്ങളും സാഹിത്യപുസ്തകപ്രസാധക ശ്രേണിയിൽ ശ്രദ്ധേയമായ ചുവട് വെപ്പ് നടത്തിവരുന്നുണ്ട്. ഒറ്റയൊറ്റ പ്രസാധകരാവട്ടെ തിരുവനന്തപുരം മുതൽ കാസറഗോഡ് വരെ മഴപ്പാറ്റകൾ പോലെ മുളച്ചു മുളച്ചു പൊന്തിയിട്ടുമുണ്ട്. ഇവരിലേറെപ്പേരും തന്നെ ലാഭകരമായ സാമ്പത്തിക സ്ഥിതിയോടെ സ്ഥിതി ചെയ്യുകയും ചെയ്യുന്നു.! എന്തേ ഇങ്ങനെ? കാര്യകാരണങ്ങളുടെ പിന്നാമ്പുറം ചികയുമ്പോൾ വിസ്മയകരവും വിചിത്രവുമായ വസ്തുതകളാണ് കണ്ടെത്താനാവുക.

ഇന്നിപ്പോൾ മുഖ്യധാര പ്രസാധകരായ ഡീസി., കറന്റ്, മാതൃഭൂമി, ചിന്ത, പ്രഭാത്, പൂർണ്ണ എന്നിവയ്ക്ക് ഒരർത്ഥത്തിൽ വെല്ലുവിളിയാകും വിധമുള്ള വളർച്ച നടേപറഞ്ഞ സ്വകാര്യ ഒറ്റയൊറ്റ പ്രസാധകർ നേടിക്കഴിഞ്ഞിട്ടുണ്ട്.

മുമ്പൊരിക്കൽ ഒറ്റയാൻ പ്രസാധകരുടെ ഒരു മുൻഗാമി-മുഖ്യധാരാ പ്രസാധകർക്കൊക്കെ ഭീഷണിയായി ഒരു വടവൃക്ഷം പോലെ വളർന്ന്

പടർന്ന് പന്തലിക്കുകയുണ്ടായി. കോഴിക്കോട്ടെ മൾബറി ബുക്സും അമരക്കാരനായിരുന്ന ഷെൽവിയും.

ഇന്നും നാം കാണുന്ന പല ഒറ്റയാൻ പ്രസാധകർക്കും കൈമുതലായുള്ള 'ക' സാമർത്ഥ്യങ്ങളും സാമ്പത്തികസത്യസന്ധതയില്ലായ്മയും ഷെൽവിക്കന്യമായിരുന്നു. പ്രവൃത്തികളിൽ വൃത്തിയും വെടിപ്പും അയാൾക്ക് ഒരുതരം നിഷ്ഠപോലായിരുന്നു. ഒരുപക്ഷെ അതൊക്കെക്കൊണ്ടുതന്നെയാവണം അയാൾക്ക് അകാല കരിശുമരണം വന്നു ഭവിച്ചതും!

തൃശ്ശൂരിലെഗ്രീൻ ബുക്സ്, കോഴിക്കോട്ടെ ഒലീവ്, ഹരിതം, ഐ ബുക്സ്, കണ്ണൂരിലെ കൈരളി, പിന്നെ ചില മുഖ്യധാരാ പ്രസാധകരും സാഹിത്യ-സർഗാത്മക വിഷയങ്ങളിൽ സജീവ താൽപര്യം പുലർത്തുകയും വൃത്തിയായും വെടിപ്പായും പുസ്തക നിർമ്മിതി നടത്തുന്നവരുമാണ്. പക്ഷേ പ്രസാധകരിലേറെപ്പേരും (ഒറ്റയാൻമാരും ചില സ്ഥാപനങ്ങളുമടക്കം) ഇന്ന് പുസ്തക പ്രസിദ്ധീകരണം നടത്തുന്നത്. എഴുത്തുകാരിൽ നിന്നും മുൻകൂറായി അച്ചടിക്കൂലി, പ്രചാരണ ചിലവ്, വിൽപ്പനച്ചിലവ് എന്നിവയെല്ലാമായി വേണ്ടതിലും ഇരട്ടിയോളം തുക ഈടാക്കിയ ശേഷമാണ്. സ്ഥിതികളിവ്വിധമായതിൽ പ്രസാധകരെ മാത്രം ഏകപക്ഷീയമായി കുറ്റപ്പെടുത്തുക വയ്യ.

വസ്തുവിന് കൊള്ളാത്ത സാഹിത്യ രചനകൾ നടത്തുന്ന വെറും യശഃപ്രാർത്ഥികൾ മാത്രമായ ആയിരക്കണക്കിന് എഴുത്തുകാർ മലയാളത്തിലിന്നുണ്ട്. അതുപോലെ യു.ജി.സി സ്വപ്നം കാണുന്ന കോളേജ് വാദ്ധ്യാൻമാർ, അവരുടെ ഗവേഷണ പ്രബന്ധങ്ങളും അനുബന്ധങ്ങളുമൊക്കെ 'സാഹിത്യ' മാക്കി പ്രസാധകർ ചോദിക്കുന്നതിലുമധികം തുക നൽകി പ്രസിദ്ധീകരിപ്പിക്കും. ഇവ്വിധമുള്ള എഴുത്തുകാരെയോ, അവരുടെ പ്രസാധകരെയോ അപഹസിക്കുന്നതിലർത്ഥമൊന്നുമില്ല. ഉദര നിമിത്തം ബഹുകൃതവേഷം- പക്ഷേ ഒന്നുണ്ട് ഇത്തരം അവസ്ഥ സത്യസന്ധരും മുഖ്യധാരാ പ്രസാധകരുമായവരെ വഴിതെറ്റിച്ചുതുടങ്ങുകയും കൂടിയ സാമ്പത്തിക 'മോഹവലയ'ത്തിലാക്കുകയും ചെയ്യുന്നുണ്ട്. സാമ്പത്തിക സ്ഥിതിയില്ലാത്തവരും മികവുറ്റ സാഹിത്യരചനകളുടെ ഉടമകളുമായ പുതിയ എഴുത്തുകാർ ഇത്തരമവസ്ഥയിൽ നിസ്സഹായരാവുകയും 'ബലി'യാടുകളാക്കപ്പെടുകയും ചെയ്യുന്നു.

***

പുസ്തക പ്രസാധകരുടെ 'രാജ്യഭാരം' പോലെത്തന്നെയാണ് നമ്മുടെ സാഹിത്യ ആനുകാലിക പ്രസാധകരുടെയും (പത്രാധിപൻ മാരുടെയും) കാലിക സ്ഥിതി. മറ്റു പല രാജ്യങ്ങളിലുമെന്നതുപോലെ, എഴുത്തുകാരോടു സത്യസന്ധത പുലർത്തുക, ബഹുമാനിക്കുക, അവരർ ഹിക്കും വിധമുള്ള പ്രതിഫലം നൽകുക, എന്നീ കാര്യങ്ങൾ അപൂർവ്വം ചില മുഖ്യധാരാ ആനുകാലികക്കാരിലല്ലാതെ അന്യം നിന്നുപോയ അവസ്ഥയിലാണ് മലയാളം.

എഴുത്തുകാരുടെ ബാഹുല്യവും സ്വയം വിലയിരുത്തുന്നതിലെ കഴിവുകേടും കൊണ്ട് 'ഏറെ ചവറു രചനകൾ' ഓരോ ദിനവും പത്രാധിപസന്നിധികളിലെത്തുന്നുണ്ടാവാം. അവയൊക്കെ വായിച്ചു വിവരമറിയിക്കുകയെന്നത് ഒരസാധ്യത തന്നെയെങ്കിലും തങ്ങൾ പ്ര സിദ്ധീകരണത്തിനായി തിരഞ്ഞെടുക്കുന്ന രചനകളുടെ ഉടമകളെയെ ങ്കിലും പ്രസിദ്ധീകരണത്തിനു മുമ്പ് ഒരു നിശ്ചിത കാലപരിധിക്കകം വിവരമറിയിക്കുവാനുള്ള 'സാമാന്യ മര്യാദ' പോലും നമ്മുടെ പല 'പത്രാധിപ പ്രതിഭകളും' പുലർത്തിക്കാണാറില്ല. (അടുത്തിടെ ചില മാറ്റങ്ങൾ ഉണ്ടായിട്ടുണ്ട്. മിക്ക മുഖ്യധാരാ ആനുകാലികങ്ങളും മാറ്റർ കിട്ടി രണ്ടാഴ്ചക്കകം പ്രസിദ്ധീകരണ വിവരം അറിയിക്കുമെന്ന് അറിയി പ്പുകൾ പ്രസിദ്ധീകരിച്ചു തുടങ്ങിയിരിക്കുന്നു.

പിന്നെ പ്രതിഫലക്കാര്യം. എഴുത്തിന്റെ കായികവും മാനസിക വുമായ മെനക്കേട്, ഉറക്കമൊഴിഞ്ഞ രാവുകൾ, ഡി.ടി.പി, ഫോട്ടോ സ്റ്റാറ്റ്, ഇ-മെയിൽ എക്സ്പെൻസുകൾ പഴയകാലം പോലെയല്ല, എഴുത്തുകാരന് കഥയോ ലേഖനമോ ഉണ്ടാക്കുമ്പോഴുണ്ടാകുന്ന മുതൽ മുടക്ക് വലുതാണ്. നല്ല സാമ്പത്തിക അടിത്തറയുള്ള ആനുകാലിക അധികൃതരുടെ ഭാഗത്തുനിന്നു പോലും എഴുത്തുകാരന് ചിലവിനും, അധ്വാനത്തിനും, പ്രതിഭയ്ക്കും അർഹമായ പ്രതിഫലം നൽകുക എന്നത് ഇന്നും പ്രയാസകരമായ ഒരു പ്രഹേളികയായിത്തുടരുന്നു.

പുസ്തക പ്രസാധകരിൽ നിന്നായാലും ആനുകാലിക പത്രാധി പൻമാരിൽ നിന്നായാലും അനുഭവിച്ച നെറികേടുകളെക്കുറിച്ച് ഏറെ എഴുത്തുകാരും പുറത്തു പറയാറില്ല. ഇവൻമാർ മൂലം തങ്ങളുടെ ഭാവി തന്നെ ഇരുളടയുമോ എന്ന ഭീതി മൂലമാണത്. എഴുത്തുകാരുടെ ഈ 'ഉൾഭയത്തെ' പത്രാധിപ/പ്രസാധക ലോബി ആവോളം മുതലാക്കു കയും ചെയ്യുന്നു. എന്നതാണ് വർത്തമാനകാല വസ്തുത.*

***

NB: തല വാചകത്തിന് പ്രൊഫ.എം.ആർ.സി.യുടെ 'നിരൂപകന്റെ രാജ്യഭാരം' എന്ന കൃതിയോട് കടപ്പാട്.

അനുബന്ധം :1

ഒരിക്കൽ, കഥാകൃത്ത് നോവലിസ്റ്റ് തിരക്കഥാകാരൻ എന്നീ നിലകളിൽ പ്രസിദ്ധനായിരുന്ന ഒരു യുവാവ് വർഷങ്ങളുടെ ഗൾഫ് വാസത്തിനു ശേഷം നാട്ടിലെത്തിയപ്പോൾ തന്റെ കഥകളുടെ ഒരുസമാഹാരമിറക്കുന്നതിന് മുമ്പ് തന്റെ നോവലൊക്കെ ഇറക്കിയ പ്രശസ്ത പ്രസിദ്ധീകരണശാലയെ സമീപിക്കുന്നു. "രണ്ടു വർഷത്തേക്കുള്ള പുസ്തകങ്ങൾ ഷെഡ്യൂൾ ചെയ്തു കിടപ്പുണ്ട്. അതിനുശേഷമേ പറ്റൂ. (പി.എം) പബ്ലിക്കേഷൻ മാനേജർ ഉപാച

"അതിനുമുമ്പ്?"

"ഇല്ല പറ്റില്ല, പി.എം. പറഞ്ഞു. പെട്ടെന്ന് വേണമെങ്കിൽ അച്ചടിക്കൂലിയും പ്രസിദ്ധീകരണച്ചിലവും മുൻകൂർ അടയ്ക്കുന്ന ഞങ്ങടെ ഒരു സ്കീമുണ്ട്. അതിലുൾപ്പെടുത്തിച്ചെയ്യാം.

കഥാകൃത്ത് സമ്മതിച്ചു. അച്ചടിയിൽ നൂറ് നൂറ്റിയിരുപത് പേജ് വരാനിടയുള്ളതും ഒരിരുപതിനായിരത്തിലധികം രൂപ പ്രിന്റിങ്ങ് 'ചാർജ് ഉണ്ടാകാനിടയില്ലാത്തതുമായ തന്റെ കഥാസമാഹാരമാറ്ററും പി.എം. കൂട്ടിക്കിഴിച്ചു കണക്കാക്കിപ്പറഞ്ഞ അറുപത്തി അഞ്ചായിരം രൂപക്കുള്ള ചെക്കും സ്ഥാപനത്തിനു നൽകി കഥാകാരനിറങ്ങി.

3 മാസം 6 മാസം 9മാസം ഒരു വർഷം ഒന്നരവർഷം. രണ്ട് വർഷം... കഥാസമാഹാരമിറങ്ങിയില്ല. കഥാകൃത്തിന്റെ ഫോൺ വിളികൾക്കും കത്തുകൾക്കും പബ്ലിക്കേഷൻ മനോജർ അച്ചടിച്ച മറുപടി നൽകി. "രണ്ടു മാസത്തിനകം. രണ്ടു മാസത്തിനകം രണ്ടു മാസത്തിനകം....

ഒടുക്കം കാശു കൊടുത്ത് രണ്ടരവർഷം കഴിഞ്ഞൊരുനാൾ കഥാകൃത്തും മൂന്ന് സുഹൃത്തുക്കളും 'ഈരണ്ടു പൂശി' പബ്ലിക്കേഷൻ മാനേജരുടെ കാബിനിൽ ഹാജരായി.

"വിളിയെടാ നിന്റെ എം.ഡിയെ വിളിയെടാ.... കഥാകൃത്ത് അലറി "ഒന്നു കീ കാശും ബ്ലേഡ് നിരക്കിന് പലിശേം അല്ലെങ്കീ പുസ്ത്കം രണ്ടുമല്ലെങ്കി വിശ്വാസ വഞ്ചനക്കേസ്സ് പത്രവാർത്ത... നിന്റെ—

പി.എം. എഴുന്നേറ്റിനിന്നു കൈ കൂപ്പിത്തേങ്ങി. സാർ ക്ഷമിക്കണം ഉടനെ ചെയ്യാം... മാപ്പാക്കണം;

"എത്ര ദിവസത്തിനകം?" കഥാകൃത്ത്

“മുപ്പത്” പി.എം കണ്ടറിലേക്ക നോക്കി. ഇന്ന് തീയ്യതി. രണ്ട് 31 ന് മുമ്പ് പുസ്തകമിറക്കാം ഉറപ്പ്.

“ഇല്ലെങ്കിൽ- കഥാകൃത്തും സഹ മദ്യപരും പബ്ലിക്കേഷൻ മാനേജരെ തറപ്പിച്ചൊന്നു നോക്കി പുറത്തിറങ്ങി.

കൃത്യം 28-ാം ദിവസം 30 ന് സ്പെഷൽ കൊറിയർ വഴി കഥാസമാഹാരത്തിന്റെ 10- ഓഥേർസ് കോപ്പി കഥാകൃത്തിന്റെ വീട്ടിലെത്തി!

***

പ്രസാധന രംഗത്ത് പതിറ്റാണ്ടുകളുടെ പാരമ്പര്യമുള്ള കേരളത്തിലെ ഒരു പുസ്തകപ്രസാധക ഭ്രമന്റെ വർത്തമാന കാലചരിത്രമാണിത്. അതും ഒരു പ്രശസ്തനായ എഴുത്തുകാരനോട് ചെയ്തത്! അപ്പോൾ നൂറ് കണക്കിന് പുതു തലമുറ എഴുത്തുകാരോടും മറ്റും ഈ ഭീമനും ഇതര പ്രസാധകരും നടത്തുന്ന തിണ്ണമിടുക്കുകൾ എന്താവും?

***

പുസ്തകം ഇറക്കുന്നതിനിങ്ങനെ യെങ്കിൽ തുടർക്കഥകളെന്തായിരിക്കും? വില്പന, റോയൽറ്റി എന്നിവയൊക്കെ? പറയാതിരിക്കുകയാണ് ഭേദം.

അനുബന്ധം 2

പുസ്തക പ്രസാധകരംഗം ഇങ്ങനെയെങ്കിൽ ആനുകാലിക പ്രസിദ്ധീകരണ രംഗം മറ്റൊരുതരത്തിൽ എഴുത്തുകാരോട് തികഞ്ഞ അവഗണനയും ഉത്തരവാദിത്തമില്ലായ്മയും പുലർത്തുന്നതിന് നൂറ് ഉദാഹരണങ്ങൾ പറയാനാവും. കഴിഞ്ഞവർഷം ഒട്ടൊക്കെ അറിയപ്പെടുന്ന ഒരു കഥാകൃത്ത് തന്റെ ഒരു കഥ ആദ്യം ഒരു വാരികക്കും 3 മാസം കഴിഞ്ഞ് ഒരു വാരാന്ത്യപ്പതിപ്പിനും വീണ്ടും 2 മാസം കഴിഞ്ഞ് ഒരു സാഹിത്യ മാസികയ്ക്കും അയച്ചു. മൂന്നു പേരും മറുപടി അയച്ചില്ല. (മൂന്നിനും സെൽഫ് അഡ്രസ്ഡ് കാർഡുകൾ അടക്കം ചെയ്തിരുന്നവത്രെ!)

ഒരു മാസം കഴിഞ്ഞപ്പോൾ സാഹിത്യ മാസിക കഥ പ്രസിദ്ധീകരിപ്പെടുത്തി. അതേ ആഴ്ച വാരികയും അത്ഭുതമെന്ന് പറയാം അടുത്ത ഞായറാഴ്ച ‘വരാന്തപ്പതിപ്പും കഥ പ്രസിദ്ധീകരിച്ചു! മൂന്നും വായിക്കുന്ന വായിനക്കാർ എന്തു കരുതിയിരിക്കും?

ഗൗരവിയായ ഒരു തമാശക്കാരൻ

മൂന്നു പതിറ്റാണ്ടോളം കാലം (1970 മുതൽ 2009 വരെ) മലയാള സിനിമാ ലോകത്തെ സജീവ സാന്നിധ്യമായിരുന്നു കൃഷ്ണൻകുട്ടി നായർ എന്ന നടൻ. ഇക്കഴിഞ്ഞ ഏപ്രിൽ ഒന്നിന് അദ്ദേഹത്തിന്റെ എട്ടാം ചരമവാർഷിക ദിനമായിരുന്നു. പ്രത്യക്ഷത്തിൽ പ്രത്യേകതകൾ ഒന്നും തോന്നിപ്പിക്കാത്ത മെലിഞ്ഞൊരു ശരീരപ്രകൃതിയും സ്വതേ ഹാസ്യാത്മക ഭാവഭേദങ്ങളൊന്നും തന്നെ പ്രകടിപ്പിക്കാത്ത 'ഗൗരവി' യുടേതായ മുഖഭാവവുമായിരുന്നു കൃഷ്ണകുട്ടി നായർക്ക്. ചലച്ചിത്രപ്രതിഭ യായിരുന്ന പത്മരാജനായിരുന്നു "പെരുവഴിയമ്പലത്തിലൂടെ" കൃഷ്ണൻ കുട്ടിനായർ എന്ന നടനെ കണ്ടെത്തി അയാളിലെ 'നടന വൈഭവ'ത്തെ കണ്ടെത്തിയത്. കൃഷ്ണൻകുട്ടിനായർ അവതരിപ്പിച്ച പെരുവഴിയമ്പല ത്തിലെ വൈദ്യർ എന്ന കഥാപാത്രത്തെ ആ സിനിമ കണ്ടവരാരും ഇന്നും മറന്നിരിക്കില്ല. തുടർന്ന് അക്കാലത്തെ ആർട്ട് സിനിമാ സംവി ധായകരായ അടൂർ, അരവിന്ദൻ, എന്നിവരുടെ മുഖാമുഖം, അനന്തരം, മതിലുകൾ, വിധേയൻ, മാറാട്ടം, ഒരിടത്ത് തുടങ്ങിയ ചിത്രങ്ങൾ പിന്നീട് തന്റെ അനന്യ നടന പാടവവുമായി കൃഷ്ണൻകുട്ടിനായർ മുഖ്യധാരാ സിനികളിലേക്ക് ഒഴുകിയിറങ്ങി. പത്മരാജന്റെ പ്രശസ്ത ചിത്രങ്ങളിലെ ല്ലാം അഭിനയിച്ചു. പ്രിയദർശന്റെ കിലുക്കം, സത്യൻ അന്തിക്കാടിന്റെ വരവേൽപ്പ്, പൊൻമുട്ടയിടുന്ന താറാവ് തുടങ്ങിയ ചിത്രങ്ങളിൽ കൃഷ്ണകുട്ടി നായർ ജീവൻ കൊടുത്ത കഥാപാത്രങ്ങൾ വേറിട്ട് നിൽക്കുന്നു. അലറി ച്ചിരിച്ചോ വളിപ്പ് തമാശകൾ എഴുന്നള്ളിച്ചോ അല്ലാതെ കാണികളുടെ ഹൃദയങ്ങളിൽ ഒരു ഹാസ്യ നടനായി ഇടം നേടിയ ആളാണ് കൃഷ്ണൻ കുട്ടി നായർ.

ഞാനറിഞ്ഞ കൃഷ്ണൻ കുട്ടി നായർ

എഴുപതുകളുടെ തുടക്കത്തിലാണ്. ഹിസ്റ്ററി ഡിപ്പാർട്ട്മെന്റിനോട് ചേർന്നുള്ള വിശാലമായൊരു ഹാളിലായിരുന്നു തലശ്ശേരി ബ്രണ്ണൻ കോളേജിലെ ജനറൽ ലൈബ്രറി. പുസ്തകങ്ങൾ തിങ്ങി നിറഞ്ഞ അലമാരകൾക്കും റാക്കുകൾക്കും ഇടയിലൂടെ ആൺകുട്ടികളും പെൺകുട്ടികളും അപൂർവ്വം ചില അധ്യാപകരും സദാ കറങ്ങി നടപ്പുണ്ടാവും. ഉണങ്ങിയ ചുള്ളിക്കമ്പുപോലുള്ള ഒരു എലുമ്പനായിരുന്നു ലൈബ്രേറിയൻ. കുട്ടികൾ അയാളെ നൂലൻ നായർ എന്നു വിളിച്ചു. അയാളുടെ അസിസ്റ്റന്റ് ഒരിറ്റു ശ്വാസത്തിനായി എങ്ങിവലിച്ചു നടക്കുന്ന ഒരു ആസ്മക്കാരൻ നമ്പൂതിരി. വാതിലിനടുത്തുള്ള മേശയ്ക്കു പിറകിൽ കുട്ടികൾ മടക്കുന്ന പുസ്തകങ്ങൾ വാങ്ങിവെച്ചും പുതിയവ ചേർത്തു കൊടുത്തും നമ്പൂതിരി ഇരിക്കും.

'നൂലൻ നായർ' ഹാളിന്റെ പിന്നറ്റത്ത് സ്റ്റേജ് പോലെ ഉയർന്നൊരിടത്ത് ശ്രീനിവാസൻ സിനിമയിലെ ബാർബർ ബാലന്റേതുപോലുള്ള വലിയൊരു കസേരയിലിരിക്കും. അയാളുടെ ഈർക്കിൽ പോലെ മെലിഞ്ഞ് വലതു കൈവിരലുകൾക്കിടയിൽ ഒരു ബീഡി എരിയുന്നുണ്ടാവും. ഇടയ്ക്കിടെ അതാഞ്ഞ് വലിച്ച് പുക വിടും. ഇടതുകൈ തന്റെ പഴതാര മീശയിലെ കുഞ്ഞ് രോമങ്ങളെ കപ്പടാ മീശക്കാരെയൊക്കെപ്പോലെ മുകളിലോട്ട് പിരിച്ച് വെച്ച് കൊണ്ടിരിക്കും. മീശ പിരിയും പുകവലിയുമായി. 'സാർവദോർദാലി' യെപ്പോലുള്ള അയാളുടെ ഇരിപ്പ് കണ്ടാൽ ആരും അതൊരു യന്ത്രപ്പാവയാണെന്ന് കരുതും. പക്ഷേ കരുതും പോലെ അല്ല കാര്യം. ലൈബ്രറിയുടെ ഓരോ മുക്കിലും മൂലയിലും അയാളുടെ ക്രൂമൻ കണ്ണുകൾ ചെന്നെത്തുന്നുണ്ടാവും. പുസ്തകക്കൊതിയരായ എന്നെപ്പോലുള്ള പിള്ളേർ പുസ്തകം ഇസ്കി ഷർട്ടിനകത്ത് കേറ്റുന്നത് കണ്ടാൽ "ഡേയ്" എന്നൊരു വിളി നൂലൻ നായർ വിളിക്കും. അതോടെ ചെക്കൻ ഐസാവും. നായർ ചിരിച്ചുകൊണ്ടു പറയും. അതവിടെ വെച്ചേരെടെ.... എന്നാൽ ഏതെങ്കിലും റാക്കുകൾക്കു പിറകിൽ നിന്നോ മറ്റോ ഒറ്റയ്ക്കൊരു ആൺകുട്ടിയും പെൺകുട്ടിയും സ്നേഹത്തോടെ കൊച്ചു വർത്തമാനം പറയുകയോ, ഒന്നു ചുംബിക്കുകയോ ചെയ്താൽ 'നൂലൻ നായർ' കണ്ടതായി നടിക്കില്ല. ആസ്മാ നമ്പൂതിരി കോളേജിനടുത്തെവിടെയോ വാടകമുറിയിലാണ് താമസം. പക്ഷേ നൂലൻ നായർ രാവും പകലും ലൈബ്രറിയിൽത്തന്നെയാണ്. രാവിലെ

താഴെ ശ്രീധരേട്ടന്റെ കടയിൽ ചെന്ന് പ്രാതൽ. ഉച്ചയ്ക്ക് ക്യാന്റീൻ ചോറ്, ചില വൈകുന്നേരങ്ങളിൽ മീത്തലെപ്പീടിക- തലശ്ശേരി ഭാഗത്തേക്ക് അയാൾ നടക്കുന്നത് കാണാം. നീണ്ടുമെലിഞ്ഞ കാലുകൾ പെറുക്കി പെറുക്കി വെച്ച് മറുകൈ ആഞ്ഞു വീശിയും (പെരുവഴിയമ്പലത്തിലെ വൈദ്യരെ ഓർക്കുക) ധൃതി വെച്ചുള്ള അയാളുടെ പോക്കു കണ്ടാൽ കക്ഷി എന്തോ അത്യാവശ്യമായി പോകുകയാണ് എന്നു തോന്നും. അത്യാവശ്യമുള്ളത് തന്നെ. വൈകിയ രാത്രികളിൽ തനനം മട്ടിലുള്ള കുട്ടനാടൻ വള്ളപ്പാട്ടും മൂളി ഉറയ്ക്കാത്ത കാലടികളുമായി ഒറ്റയ്ക്ക് തിരുമ്പി വരും.

അന്ന് ബ്രണ്ണനിൽ വിദ്യാർത്ഥികളായിരുന്ന ഞാനും കഥകളൊക്കെ എഴുതുന്ന ബക്കളം ദാമോദരനും ഇടയ്ക്ക് സന്ധ്യാനേരങ്ങളിൽ ലൈബ്രേറിയിൽ ചെല്ലും. ഒരിക്കൽ ബക്കളത്തിന്റെ 'ചന്ദ്രികയിലെ' കഥരസമായിട്ടുണ്ട് എന്ന് പറഞ്ഞപ്പോഴാണ് ഇയാൾ വെറും ഒരുണക്ക ലൈബ്രേറിയനല്ല; സാഹിത്യം, സിനിമ, നാടകം, സംഗീതം തുടങ്ങിയവയിലൊക്കെ നല്ല അറിവുള്ള ആളാണെന്നറിഞ്ഞത്. അതോടെ ഞങ്ങളുടെ ബന്ധം മുറുകി. ഞങ്ങൾ സൊറ പറയുന്നതിനിടെ പുള്ളി പറയും "ദാമു ആ രണ്ടാമത്തെ ഷെൽഫിലതാ ഗാന്ധിജിയുടെ സത്യാന്വേഷണ പരീക്ഷകൾ എന്ന പുസ്തകം അതൊന്നെട്" പുസ്തകം എടുക്കുമ്പോഴാണ് കാണുക അതിന് പുറകിലൊരു കുപ്പി!

സാഹിത്യം, സിനിമ, നാടകം, അങ്ങനെ പലതിനെപ്പറ്റിയും പറഞ്ഞ് രാത്രി വൈകും വരെ ഞങ്ങളിരിക്കും. കാവാലം കവിതകൾ മൂളി മൂളി പുള്ളി ഉറക്കത്തിലേക്ക് വീഴുമ്പോൾ ഞങ്ങളിറങ്ങും അങ്ങനെയൊരു കാലം. ഡിഗ്രി കഴിഞ്ഞു. ഞങ്ങൾ ബ്രണ്ണൻ വിട്ടു. കൃഷ്ണൻകുട്ടിനായർ വൈകാതെ സെക്രട്ടറിയേറ്റിൽ ലൈബ്രേറിയനായി പോയി.

***

വർഷങ്ങൾക്കുശേഷം കാവാലം കലാകൗമുദിയിൽ ഒരു തൊഴിൽ ശരിയാക്കിത്തരാം എന്നു പറഞ്ഞപ്രകാരം ഞാൻ തിരുനഗരത്തിലെത്തി. അരവിന്ദൻ വഴി എം.എസ്. മണിയെ കണ്ട് ഏർപ്പാടാക്കാമെന്നാണ് കാവാലം കരുതിയത്. എനിക്കൊരു ഉപജീവനവും കാവാലത്തിന് 'തിരുവരങ്ങ്' കാര്യങ്ങൾക്ക് ഒരു സഹായവും ആവും. പക്ഷേ ഞാനെത്തുന്നതിന്റെ തലേന്ന് അരവിന്ദൻ പാരീസിലേക്കോ മറ്റോ

പോയി. ഇനി ഒരു മാസത്തിലധികം കഴിഞ്ഞേ വരൂ. എന്തുചെയ്യും? വരും വരെ അവിടെ തങ്ങുക. വഴുതക്കാട് അളിയന്റെ വീടുണ്ട്. അവിടെ പൊറുതി തുടങ്ങി. ഒരു നാൾ സെക്രട്ടറിയേറ്റ് ലൈബ്രറിയിൽ ചെന്നു. പഴയ കഥാനായകനെ, കൃഷ്ണൻകുട്ടിനായരെ മുഖം കാണിച്ചു. അപ്പോഴേക്കും പെരുവഴിയമ്പലത്തിലും തുടർന്ന് പല ചിത്രങ്ങളുമായി പഴയ നൂലൻ നായർ അറിയപ്പെടുന്ന സിനിമാ നടൻ കൃഷ്ണൻ കുട്ടിനായരായിരുന്നു. കണ്ടയുടൻ കേറി കെട്ടിപ്പിടിച്ചു പറഞ്ഞു "ദാമോദരൻ വന്ന വിവരം കാവാലം പറഞ്ഞിരുന്നു..."

വൈകിട്ട് സ്നേഹം പുതുക്കാൻ ഞങ്ങൾ ഇരുണ്ട വെളിച്ചത്തിലിരുന്നു. ഇഷ്ടൻ രാത്രി വഴുതക്കാട്ടെ അളിയന്റെ വീട്ടിൽ എന്നെ കൊണ്ടുവിട്ടു. അപ്പോഴാണ് അറിഞ്ഞത് അളിയന്റെ ഭാര്യ സീതേച്ചിയും കൃഷ്ണൻകുട്ടിനായരും പരിചയക്കാരാണ്. പലപ്പോഴും സിനിമാ ലോക്കേഷനിലായാലും അല്ലെങ്കിലും ഞങ്ങളുടെ സായന്തനങ്ങളും രാവുകളും ലഹരികളിലായി. വൈകിയാൽ കൃഷ്ണൻകുട്ടിനായർ പറയും ഈ അവസ്ഥയിൽ നീ ഒറ്റയ്ക്ക് പോണ്ട ഒപ്പം ഞാനുണ്ടായാൽ പിന്നെ സീതയോ അളിയനോ നിന്നെ വഴിക്ക് പറയില്ല. സംഗതി നേരാണ് പുള്ളി ഉണ്ടായാൽ എന്നോടൊന്നും പറയില്ല. പക്ഷേ കൃഷ്ണൻകുട്ടിനായരോടൊപ്പമുള്ള വരവ് കണ്ടാൽ തന്നെ ചേച്ചിക്ക് എന്റെ സ്ഥിതിഗതി തിരിയും.

തിരിഞ്ഞു. അധികം വൈകാതെ നാട്ടിൽ നിന്നും അച്ഛന്റെ ഒരു കത്ത്. നീ ഉടൻ ഇവിടെ വാ. ആവശ്യമുണ്ട്. "വൈകീട്ട് പരശുരാമിന് ഞാൻ കയറി. പിറ്റേന്ന് കാര്യം തിരിക്കിയപ്പോഴാണ് അച്ഛൻ പറഞ്ഞത് റോഡിൽ കിടന്ന് തിരയാൻ തിരുവനന്തപുരം വരെ പോണ്ട, ഈ നാട്ടിൽ തന്നെ മതി." കൃഷ്ണൻകുട്ടിനായർക്ക് എന്നോടുള്ള കൂടിയ സ്നേഹഫലം എന്നു പറയാം. എന്റെ കലാകൗമുദി ജോലി. തിരുവരങ്ങ് നാടകം, തിരുനഗരവാസം എല്ലാം എന്നേക്കുമായി തുലഞ്ഞു.

***

പിന്നൊരിക്കൽ ഞാൻ എന്തോ കാര്യത്തിന് തിരുവനന്തപുരത്ത് ചെന്നു. ഞങ്ങൾ സ്റ്റാച്ച്യുവിനടുത്ത ഹോട്ടലിൽ നിന്നും ഭക്ഷണം കഴിച്ച് മടങ്ങുകയാണ്. യൂണിവേഴ്സിറ്റി കോളേജിനടുത്ത മതിലിൽ "പട്ടണപ്രവേശം" എന്നോ മറ്റോ പേരുള്ള ഒരു സിനിമയുടെ വലിയ പോസ്റ്ററിൽ കൃഷ്ണൻകുട്ടിനായരുടെ നാലു കാലിലുള്ള ഒരു ചിത്രം. പുള്ളി

എന്റെ കൈവിട്ട് പോസ്റ്ററിനടുത്ത് മതിലിൽ ചാരി നിന്നു. "ഡേയ് ദാമൂ, നീ പോസ്റ്ററിലെ എന്നെയും ഈ എന്നെയും നോക്ക്. ഏതാ റിയൽ ഏതാ അൺറിയൽ?"

ഞാനെന്ത് പറയാൻ? വഴിയെ പോകുന്നവരൊക്കെയും ഒറിജിനലും ഡ്യൂപ്ലിക്കേറ്റുമായ തങ്ങളുടെ പ്രിയനടനെ കൺനിറയെ നോക്കി നിന്നു. ആൾക്കൂട്ടമായി. ഒരു പോലീസ് വണ്ടിയും! നായർ സിനിമയിലേതു പോലെ പോലീസുകാരെ സലാം വെച്ച് ചരിച്ചു! ഞാൻ ഓരോട്ടോ പിടിച്ച് എങ്ങനെയോ കൃഷ്ണൻകുട്ടിനായരെ വീട്ടിൽ കൊണ്ടുചെന്നാക്കി.

***

വർഷങ്ങൾ കഴിഞ്ഞ് ഒരു വൈകീട്ട് ഞാൻ പതിമൂന്നുകാരനായ എന്റെ മകനുമൊത്ത് കൃഷ്ണകുട്ടിനായരെ തേടി പൈപ്പിൻമൂടിനടുത്തുള്ള വീട്ടിൽ ചെന്നു. ആൾ സ്ഥലത്തുണ്ട്. പുറത്തൊരു ടാക്സി നിൽപ്പുണ്ട്. കൃഷ്ണൻകുട്ടിനായർ രണ്ട് മൂന്ന് ചെറുപ്പക്കാരുമായി കശപിശ.

"പറ്റില്ല പറ്റില്ല പറ്റില്ല" എന്നു പറഞ്ഞ് കൃഷ്ണൻകുട്ടിനായർ എന്റെ മകന്റെ കൈയും പിടിച്ച് വീടിനകത്തേക്ക് കയറി. ഞാനുമായുള്ള അടുപ്പം കണ്ടാവണം ചെറുപ്പക്കാർ എന്നോട് പറഞ്ഞു. അവർ കളിയിക്കാവിളക്കടുത്തെവിടെയോ ഉള്ള ഒരു കലാസമിതിയുടെ ആൾക്കാരാണ്. സമിതിയുടെ വാർഷികമാണ്. കാവാലവും കൃഷ്ണൻ കുട്ടി നായരും പ്രസംഗിക്കാൻ പോകാമെന്നേറ്റിരുന്നു. കാവാലം സ്ഥലത്തില്ല. കൃഷ്ണൻകുട്ടിനായർ പറയുന്നു. കാവാലമില്ലെങ്കിൽ ഞാൻ ഒറ്റയ്ക്ക് വരികയേ ഇല്ലെന്ന്! ഞങ്ങൾ എന്തുചെയ്യും? രണ്ടുപേരുമില്ലാതെ വന്നാൽ വാർഷികത്തിനെത്തിയ ജനം കലാസമിതിപ്രവർത്തകരുടെ എല്ലൂരും. സാറ് പറഞ്ഞ് എങ്ങനെയെങ്കിലും ഒന്ന് സമ്മതിപ്പിക്കണം... അവരുടെ മനപ്രയാസം കണ്ട് ഞാൻ കൃഷ്ണൻകുട്ടി നായരെ നിർബ ന്ധിച്ചു. ആദ്യമൊന്നും പുള്ളി വഴങ്ങിയില്ല. പിന്നെ പറഞ്ഞു. എങ്കി താൻ കൂടി വാ കാവാലത്തിനുപകരം നാടകത്തെയൊക്കെപ്പറ്റി താനൊന്ന് പ്രസംഗിക്ക്.

കൃഷ്ണൻകുട്ടി നായർ ചെറുപ്പക്കാരോട് പറഞ്ഞു. ദാമോദരൻ നല്ല പ്രസംഗക്കാരനാ. ഞങ്ങൾ രണ്ടും വരാം. എനിക്ക് മൂവായിരം രൂപയും ചിലവും. ദാമോദരന് ഒരു ആയിരത്തി അഞ്ഞൂറ് പറ്റുമോ? "പറ്റും" കലാ സമിതിക്കാർ എന്തിനും തയ്യാറായിരുന്നു.

ഞങ്ങൾ ഞാനും മോനും കൃഷ്ണൻകുട്ടിനായരും കാറിൽ കയറി. യാത്രക്കിടയിൽ പല സ്ഥലത്തും കാർ നിർത്തി. കളിയിക്കാവിളയിലെ ത്തുമ്പോൾ കൃഷ്ണൻകുട്ടിനായർക്ക് കാലുറയ്ക്കുന്നില്ല. കാറിൽ നിന്നിറങ്ങി ഒരു കൈ എന്റെയും മറുകൈ എന്റെ മകന്റെയും ചുമലിൽ താങ്ങി പുള്ളി സ്റ്റേജിൽ കയറി. മൈക്കിനെ ഒരു പിടി പിടിച്ചു. ആടി ആടി നിന്നു. പ്രിയപ്പെട്ട നാട്ടുകാരെ... കാണികളായ ജനം കൈയടിച്ചു. ഹുറൈ വിളിച്ചു. തങ്ങളുടെ പ്രിയ നടനിതാ സിനിമയിലേതുപോലെ. സംഘാടകർ പരിപാടികഴിഞ്ഞപ്പോൾ വെറുതെ അഞ്ചു മിനിട്ട് സംസാരിച്ച എനിക്ക് 1500 രൂപയും കൃഷ്ണൻകുട്ടിനായർക്ക് 3000 രൂപയും തന്ന് തിരിച്ച് പൈപ്പിൻ മൂട്ടിൽ കൊണ്ടുവിട്ടു.

***

ഓർമ്മയിലെ കൃഷ്ണൻകുട്ടി നായർ ഇന്നും എന്റെ മനസ്സിൽ നിറഞ്ഞു നിൽക്കുന്നു.

വർണങ്ങളുടെ ഉൻമാദവും ജീവിതാസക്തികളും

ശപിക്കപ്പെട്ട ഗന്ധർവ്വജന്മങ്ങൾ പോലെ ഭൂമിയിൽ ജീവിച്ചു മരിച്ച, പ്രശസ്ത കലാകാരൻമാരുടെ സ്വകാര്യ ജീവിതങ്ങളെ പുരസ്കരിച്ച് പുസ്തകങ്ങളെഴുതപ്പെടുന്നതിൽ പുതുമകളൊന്നുമില്ല. പക്ഷേ, വിൻസെന്റ് വാൻഗോഗിനെക്കുറിച്ചും (ജീവിതാസക്തി) രാജാ രവിവർമ്മയെക്കുറിച്ചും (രാജാരവിവർമ്മ) എഴുതപ്പെട്ട നോവലുകൾ വലിയ രണ്ടു ചിത്രകാരൻമാരുടെ വ്യക്തി ജീവിതത്തിലെ രഹസ്യലോകങ്ങളെ വായനക്കാർക്കുമുന്നിൽ തുറന്നിടുന്നുവെന്നതിനപ്പുറം നൂതനവും അത്യപൂർവ്വവുമായ സാഹിത്യാനുഭൂതി വായനക്കാരെ അനുഭവിപ്പിക്കുക കൂടി ചെയ്യുന്നുണ്ട്.

കലയുടെ ലോകത്ത് ആ ചിത്രകാരൻമാർ കീഴടക്കിയ അചുംബിത ഉന്നതികൾക്കിടയിലും കുടുംബത്തിലും സമൂഹത്തിലും സ്വന്തം സ്വകാര്യ ജീവിതത്തിലും അവരനുഭവിച്ച ഒടുങ്ങാത്ത അവമതികളും ക്രൂരതകളും പീഡകളും നമ്മെ വിടാതെ പിൻതുടരുകയും വല്ലാതെ വ്യാകുലരാക്കുകയും ചെയ്യും.

ജന്മം കൊണ്ട് മലയാളിയായ രവിവർമ്മയെക്കുറിച്ച് നോവൽ രചിച്ചതൊരു കേരളീയനല്ല. മലയാള ഭാഷയിലല്ലാ എഴുതപ്പെട്ടതും. മറാഠി നോവലിസ്റ്റും മഹാരാഷ്ട്രക്കാരനുമായ 'രൺജി ദേശായിയാണ് ഒരു സുഹൃത് ഭാഷണമദ്ധ്യേ രാജാ രവിവർമ്മ എന്ന ചിത്രകാരനെക്കുറിച്ച് കേട്ടറിഞ്ഞ് കന്യാകുമാരി മുതൽ ദില്ലിവരെ ജീവിതകാലത്ത് രവിവർമ്മ എവിടെയൊക്കെയോ പോയോ അവിടെയൊക്കെ ചെന്ന്

അന്വേഷിച്ചും പഠിച്ചും വർഷങ്ങൾ നീണ്ട ഗവേഷണം നടത്തിയും മറാഠിഭാഷയിൽ രാജാരവിവർമ്മ എന്ന നോവലെഴുതിയത്. ഏതോ സുഹൃത്തിന്റെ നിർബന്ധത്താൽ ചിത്രഗാലറിക്കകത്തെത്തിപ്പെട്ട പ്പോൾ ആകസ്മികമായി വാൻഗോഗിന്റെ ചിത്രങ്ങളിൽ കണ്ണെത്തുകയും അവയുടെ മാസ്മരികതയിൽ കുരുങ്ങുകയും ചെയ്ത ഏർവിങ്ങ്സ്റ്റോൺ എന്ന അമേരിക്കൻ യുവാവ് പിന്നീട് ജീവിതത്തിലെ ഏറെ വർഷങ്ങൾ ചെലവഴിച്ചത് ഡച്ച് ചിത്രകാരനായ വാൻഗോഗിനെ അറിയാനാണ്. അങ്ങനെയാണ് ലസറ്റ് ഫോർ ലൈഫ്(ജീവിതാസക്തി) എന്ന കൃതിയുടെ പിറവി.

യഥാർത്ഥ ചരിത്രം അവതരിപ്പിച്ചതല്ലെന്നും ഭാവനയുടെ നിറക്കൂ ട്ടുകളാൽ ആവോളം നിറം പിടിപ്പിച്ചിട്ടുണ്ടെന്നും 'കഥാ സ്വാതന്ത്ര്യം' ഏറെ ഉപയോഗിച്ചിട്ടുണ്ടെന്നും ഇരു നോവലിസ്റ്റുകളും സാക്ഷ്യപ്പെടുത്തു ന്നുണ്ട്. നോവലിസ്റ്റുകൾ എന്തു തന്നെ അവകാശപ്പെട്ടാലും എർവിങ് സ്റ്റോണിന്റെ 'ജീവിതാസക്തി' യോ രൺജിത് ദേശായിയുടെ 'രാജാ രവിവർമ്മയോ' എഴുത്തുകാരുടെ ഭാവനാവിലാസങ്ങൾ മാത്രമായി നമുക്കനുഭവപ്പെടുന്നില്ല. ഇവയിലെ കഥകളും കഥാപാത്രങ്ങളും ഓരോ രേഖാചിത്രവും സത്യാത്മകതയുടെ ദൃശ്യതയോടെ ചിത്രീകരിക്കപ്പെ ട്ടവയാണ്.

'വിൻസെന്റ് വാൻഗോഗിന്റെ ചിത്രങ്ങളും കത്തുകളും മറ്റൊന്നും ചെയ്യാനാവാത്തവിധം തന്നെ അസ്വസ്ഥനാക്കിയത് കൊണ്ടാണ് നോവലെഴുതിയത്.' എന്ന് എർവിങ് സ്റ്റോൺ പറയുന്നു. 'രാജാരവി വർമ്മ' എന്ന നോവൽ രചനയ്ക്കായി ജീവിതത്തിലെ കുറെ വർഷങ്ങൾ തന്നെ ചെലവഴിക്കേണ്ടി വന്നതിനെക്കുറിച്ച് "ആയുസ്സ് എപ്പോഴും കടന്നുപോയ്ക്കൊണ്ടിരിക്കും. പക്ഷേ അത് ഏത് തരം മൂല്യത്തിനാണ് പോകുന്നത് എന്നതാണ് പ്രധാനം" എന്നാണ് രൺജീ ദേശായി പറഞ്ഞത്. മേൽവാക്കുകൾ നോവൽ രചനയിലും അതിനു പിന്നിലെ ഉൾവിളികളിലും രൺജിത് ദേശായിയും എർവിങ് സ്റ്റോണും ഒരേ വഴി കളിലൂടെ കടന്നുപോയവരെന്ന് വിളിച്ചുപറയുന്നുണ്ട്.

ചിത്രമെഴുത്തിലെ രീതിശാസ്ത്രങ്ങളിലും വ്യക്തിസത്തകളിലെ പ്ര ത്യേകതകളിലും വ്യത്യസ്തതകളുള്ളവരാണ്. വിൻസെന്റ് വാൻഗോഗും രവിവർമ്മയും അപ്പോഴും അവരുടെ ജീവിതത്തിലും രചനാ രീതികളിലും സമാനതകളുടെ ശ്യംഖലകൾ കാണാനാവും.

വ്യത്യസ്തതകൾ

സ്വന്തം ജീവിതകാലത്തുതന്നെ ഇന്ത്യയ്ക്കകത്തും പുറത്തും പുകൾപെറ്റ ചിത്രകാരനായി എണ്ണപ്പെടുകയും ആദരിക്കപ്പെടുകയും ചെയ്യാനുള്ള സൗഭാഗ്യം രവിവർമ്മയ്ക്കുണ്ടായി. ചിക്കാഗോ, വിയന്ന പ്രദേശങ്ങളിലെ അംഗീകാരങ്ങളും ഗോഖലെ, റാനഡെ, ദാദാബായി നവറോജി, സ്വാമി വിവേകാനന്ദൻ, മൈസൂരിലേയും ബറോഡയിലേയും മഹാരാജാക്കൻമാർ, സൂര്യനസ്തമിക്കാത്ത ബ്രിട്ടീഷ് സാമ്രാജ്യാധിപൻ ജോർജ്ജ് അഞ്ചാമൻ ചക്രവർത്തി എന്നിവരുടെ സൗഹൃദങ്ങളും അദ്ദേഹത്തെ തേടിയെത്തി.

പക്ഷേ വാൻഗോഗിനോ? മരണശേഷം ലോകം കണ്ട ഏറ്റവും വലിയ ചിത്രകാരനായി ആരാധകരാലും നിരൂപകരാലും ചിത്രകലാധികൃതരാലും കണ്ടെടുക്കപ്പെടുകയും വാഴ്ത്തപ്പെടുകയും ചെയ്ത വിൻസെന്റ് വാൻഗോഗിനേയും അയാളുടെ ചിത്രങ്ങളേയും ജീവിതകാലത്ത് ആരും അംഗീകരിക്കുകയോ, കണ്ടെത്തുകയോ, വിലമതിക്കുകയോ ചെയ്തില്ല. (സഹോദരൻ തിയോ ഒഴിച്ച്) രവിവർമ്മ സമ്പന്നതിയിൽ ജനിച്ച ജീവിച്ച വാൻഗോഗാകട്ടെ സമ്പന്നകുടുംബത്തിലാണ് ജന്മമെങ്കിലും ദാരിദ്ര്യത്തിന്റെ പാതാളക്കുഴികളിൽ ദുരിതമയ ജീവിതം നയിച്ചു. വാൻഗോഗിന് ജീവിതമെന്നത് ശാപഗ്രസ്തനായ ഒരാത്മാവിന്റെ 'നരജൻമ' പീഡാനുഭവമായിരുന്നു. പലപ്പോഴും സ്വയം കൃതാനർത്ഥങ്ങളും ദുഃഖങ്ങളുമായി അയാൾ നീറി. തീപ്പൊള്ളിയ ഒരു മൃഗജന്മം പോലെ അയാൾ ജീവിതം മുഴുക്കെ ഉഴറി നടന്നു. താളപ്പിഴകൾ നിറഞ്ഞതെങ്കിലും രവിവർമ്മയ്ക്ക് ഭാര്യയും കുട്ടികളും കുടുംബവുമുണ്ടായിരുന്നു. വാൻഗോഗിന് ഒരു വേശ്യയുമൊത്തുണ്ടായ ഹ്രസ്വകാല ബന്ധമൊഴിച്ച് കുട്ടികളും കുടുംബവും ഭാര്യയുമൊക്കെ അയാളുടെ ജീവിതത്തിലെ ഒരിക്കലും നിറവേറിയിട്ടില്ലാത്ത ഭംഗിയുള്ള സ്വപ്നങ്ങൾ മാത്രമായിരുന്നു.

രവിവർമ്മ കൊതിതീരെ ജീവിച്ച് ജീവിതം മടുത്ത് മരിച്ചു. വാൻഗോഗ് വ്യക്തി എന്ന നിലയിൽ അവമതികളും അധിക്ഷേപങ്ങളും ഏറെ ഏറ്റുവാങ്ങി. ഭൂമിയേയും അതിലെ ജീവജാലങ്ങളേയും വർണ വൈവിധ്യങ്ങളേയും സ്നേഹിച്ചു മതിവരാതെ ജീവിച്ചു കൊതിതീരാതെ ഉന്മാദ ബാധിതനായി ആത്മഹത്യ ചെയ്തു.

രവിവർമ്മ പുരാണ കഥാസന്ദർഭങ്ങൾക്കും ദേവീരൂപങ്ങൾക്കും ചിത്രകലയിലൂടെ ചൈതന്യവത്തായ മനുഷ്യമുഖ രൂപങ്ങളുണ്ടാക്കി സാധാരണ മനുഷ്യരെയോ സന്ദർഭങ്ങളെയോ, തന്റെ ചിത്രകലയിലെ പ്രധാനപ്രമേയമായി ഒരിക്കലും കണ്ടില്ല. വാൻഗോഗ് നേരെ മറിച്ചായിരുന്നു. ഉഴുതുമറിച്ച പാടങ്ങളും കൃഷിക്കാരും ഖനിത്തൊഴിലാളികളും ഉരുളക്കിഴങ്ങ് തിന്നുന്നവരും സൂര്യകാന്തി പൂക്കളും ദരിദ്രരും സൗന്ദര്യമില്ലാത്തവരുമായ ആർളിലെയും ബോറിനാഷിലെയും കുഞ്ഞുങ്ങളും സ്ത്രീകളും വാൻഗോഗിന്റെ പ്രമേയങ്ങളായിരുന്നു.

സാമ്യതകൾ

രണ്ട് പേരും ജനിച്ചത് സാമ്പത്തികസ്ഥിതിയുള്ള കുടുംബങ്ങളിലായിരുന്നു. ചിത്രകഥാകാരൻമാരെന്ന നിലയിൽ അതുവരെ നിലനിന്ന ലോക ചിത്രരചനാ രീതികളിൽ ഇരുവരും സ്വയം പുതുപാതകൾ വെട്ടിയുണ്ടാക്കി, രണ്ടുപേരും ചിത്രരചനയും നിറങ്ങളുടെ നിർമ്മിതിയും മുൻഗാമികളിൽ നിന്നോ, ഗുരുക്കൻമാരിൽ നിന്നോ പഠിച്ചവരല്ല. സ്വയം നിർമ്മിത സ്കെച്ചറൽ രേഖാരചനകളാണ് ഇരുവരും കൈക്കൊണ്ടത്.

റിനൈസൻസ് കാലശേഷം ചിത്രമെഴുത്തിൽ വർജ്യമെന്നു തന്നെ വന്ന മഞ്ഞനിറത്തെ ആഹ്ലാദപൂർവ്വം ആവോളം ഉപയോഗിച്ചത് വാൻഗോഗാണ്. രവിവർമ്മയും വസ്ത്രത്തെളിമയ്ക്കും ചിത്രങ്ങളിലെ പ്രകാശ പ്രസരണരീതികളിലും മഞ്ഞ നിറത്തോട് ആഭിമുഖ്യം കാണിച്ചു.

വ്യക്തി ജീവിതം

തിരുവിതാംകൂറിലെ കിളിമാനൂർ രാജകൊട്ടരത്തിൽ സംസ്കൃത പണ്ഡിതനായ 'ഉഴമാവി'ലിന്റെയും സംഗീത സാഹിത്യകലകളിൽ താത്പരയും വിദുഷിയുമായ ഉമാംബയുടെയും മകനായി ജനിച്ചു. അമ്മാവനായ രാജവർമ്മ ചിത്രകാരനായിരുന്നു.

കുടുംബത്തിലെ കലാപാരമ്പര്യത്തേക്കാളേറെ ജന്മ സർഗവൈഭവം രവിവർമ്മയിലെ ചിത്രകാരനു രൂപം നൽകിയതായി കാണാം. ഏഴാമത്തെ വയസ്സിൽ അമ്പലച്ചുമരിൽ കരികൊണ്ട് വരച്ച ചിത്രത്തിലൂടെ രവിവർമ്മയിലെ ചിത്രകാരനെ അമ്മാവൻ രാജവർമ്മ തിരിച്ചറിഞ്ഞു. എല്ലാ മൃഗങ്ങളിലും വെച്ച് വരയ്ക്കാൻ പ്രയാസമേറിയ കുതിരയുടെ

ചിത്രം – അതും പ്രമാണബദ്ധമായി – ഏഴാമത്തെ വയസ്സിൽ രവിവർമ്മ വരച്ചിട്ടു.

കിളിമാന്നൂരിൽ നിന്നും തിരുവനന്തപുരം രാജകൊട്ടാരത്തിലെത്തിയ രവിവർമ്മയ്ക്ക് ആയില്യം തിരുനാൾ മഹാരാജാവ് വലിയ തണലായി. അവിടെ വെച്ച് രവിവർമ്മ നിറ നിർമ്മിതിയിലും ചിത്രരചനയിലും സ്വയം കണ്ടെത്തി. തന്റെ ലക്ഷണമൊത്ത കന്നിരചന എന്നു പറയാവുന്ന 'നായർ സ്ത്രീ' എന്ന ചിത്രത്തിന് മദിരാശിയിലെ ചിത്രപ്രദർശനത്തിൽ സുവർണമെഡലും പ്രശസ്തി പത്രവും രവിവർമ്മ നേടി. ആയില്യം തിരുനാളിന്റെ വക വീരശൃംഖലയും.

ദിവാൻ മാധവറാവുവിന്റെ സഹായത്തോടെ ബോംബെയിലെത്തിയതോടെയാണ് രവിവർമ്മയിലെ ചിത്രകാരന് പുറം ലോക വാതിലുകൾ തുറന്നുകിട്ടിയതും രചനയുടെ തലങ്ങളിൽ വൻ കുതിച്ചു ചാട്ടമുണ്ടായതും. അവിടെ വാലുകേശ്വര ക്ഷേത്രനടയിൽ വെച്ച് ആകസ്മികമായി കണ്ടുമുട്ടാനിടയായ 'സുഗന്ധാബായി' എന്ന സുന്ദരിയും യുവതിയുമായ പാർസി വിധവയുടെ മുഖരേഖകൾ രവിവർമ്മയുടെ കലയെയും ജീവിതത്തെയും കീഴ്മേൽ മറിച്ചു.

തിരുവനന്തപുരം വാസക്കാലത്ത് ആയില്യം തിരുനാളിന്റെ ഭാര്യ സഹോദരി മാവേലിക്കര കോവിലകത്തെ-'പുരുതാർത്ഥിയും രവിവർമ്മയും വിവാഹിതരായി. മരുമക്കത്തായ രീതി പ്രകാരം താമസം ഭാര്യാഗൃഹമായ മാവേലിക്കരക്കൊട്ടാരത്തിലായി. രവിവർമ്മയിലെ 'ചിത്രകാരനെ' അറിയാൻ കഴിയാതിരുന്ന ഭാര്യ 'ചിത്രമെഴുതിയില്ലെങ്കിൽ എന്താണിത്ര നഷ്ടം? വിഭവസമൃദ്ധമായ ഭക്ഷണം ഇഷ്ടം പോലെ വേഷഭൂഷകൾ... വിശ്രമത്തിനും വിനോദത്തിനും ഏറെ വഴികൾ... ഇത്രയെല്ലാം സുഖമുണ്ടായിട്ടും നിങ്ങളെന്തിനു ചിത്രമെഴുതുന്നു?" എന്നല്ഭുതം കൂറുന്നു.

'കാമിനി' എന്ന സുന്ദരിയായ കൊട്ടാരത്തിലെ വേലക്കാരിയെ മോഡലാക്കി നിർത്തി ചിത്രം വരച്ചതോടെ (ഈ ചിത്രമാണ് രവിവർമ്മയ്ക്ക് അനേകം കീർത്തിമുദ്രകളും പ്രശസ്തിപത്രവും ലഭ്യമാക്കിയ പ്രശസ്ത രചന 'നായർ സ്ത്രീ') മോഡലായ കാമിനി എന്ന വേലക്കാരിയെക്കാണുന്നതിൽ നിന്നും പുരുതാർത്ഥി രവിവർമ്മയെ വിലക്കി. അതോടെ രവിവർമ്മയും ഭാര്യയുമായുള്ള ബന്ധം മുറിഞ്ഞു. "ഇത്തരം കളികൾ

ഇവിടെ നടപ്പില്ലെന്ന്" അവരുടെ വാക്ക് രവിവർമ്മയുടെ മനസ്സ് നീറ്റി. "ഒരാശ്രിതനെപ്പോലെ എനിക്ക് ജീവിക്കാൻ വയ്യ എന്റെ സത്ത ഒരു കലാകാരന്റേതാണ്." എന്ന വാക്കുകളോടെ രവിവർമ്മ അവിടെ നിന്നിറങ്ങി. പിന്നീട് ബോംബെയിൽ സുഗന്ധാബായിയെ കാണുന്നതോടെയാണ് രവിവർമ്മയുടെ മനസ്സും ചിത്രകലയും പുനർജ്ജനി കൊള്ളുന്നത്.

പുരാണ കഥാസന്ദർഭങ്ങളും ദേവതകളും അപ്സരസ്സുകളും നിറഞ്ഞ രവിവർമ്മയുടെ മനോലോകം അവയുടെയെല്ലാം മനുഷ്യരൂപവൽക്കരണത്തിന് രൂപം തേടി അലയുകയായിരുന്നു. സുഗന്ധാബായിയിൽ തന്റെ എക്കാലത്തെയും മോഡലിൽ താൻ തേടിയ 'ദേവമുഖം' രവിവർമ്മ കണ്ടെത്തി.

'ആ മുടിക്കെട്ട്, ഭാവാത്മകമായ കണ്ണുകൾ, ലോലാധരങ്ങൾ, വഴങ്ങാത്ത സ്വഭാവം സൂചിപ്പിക്കുന്ന നാസിക, ചുകപ്പുഛവി കലർന്ന വെളുപ്പുനിറം, എല്ലാം രൂപലാവണ്യവും പ്രൗഢിയും ദേവഗുണവും സുഗന്ധയിൽ രവിവർമ്മ കണ്ടു. സുഗന്ധയുടെ കാന്തിക സൗന്ദര്യം രവിവർമ്മയിൽ കലയുടെ ഉന്മാദമുണർത്തി. ശകുന്തള, മേനക, രംഭ, തിലോത്തമ, ഉർവശി, ദമയന്തി, സൈരന്ധ്രി, ദ്രൗപദി, സീത, ലക്ഷ്മി, സരസ്വതി, ഗംഗ... ദേവതകളെല്ലാം ആദ്യമായി സുഗന്ധയുടെ മുഖവും ശരീരവടിവുകളുമായി മനുഷ്യരൂപത്തിൽ ചിത്രവൽക്കരിക്കപ്പെട്ടു. നളദമയന്തി, ഉർവശി-പൂരുരവസ്സ്, മേനകാ വിശ്വാമിത്രൻ തുടങ്ങിയ വിശ്വപ്രസിദ്ധ രചനകളുടെ ഒരു പ്രവാഹം തന്നെ ഉണ്ടായി.

'രാജരവിവർമ്മ' എന്ന നോവലിന്റെയും രവിവർമ്മയുടെ ചിത്രകലയുടെയും ആത്മാവ് സുഗന്ധ-രവിവർമ്മ ബന്ധമാണെന്ന് പറയാം. ഇത് അപൂർവ്വ കരവിരുതോടെ രൺജിത് ദേശായി തന്റെ നോവലിൽ വിശദമാക്കുന്നുണ്ട്.

'തന്റെ കൈകളിൽ സുഗന്ധ എപ്പോഴാണ് വിവസ്ത്രയായതെന്ന് രവിവർമ്മ അറിഞ്ഞില്ല. മഞ്ചകത്തിലെ ആ അനാവൃത ലാവണ്യം ആശ്ചര്യചകിത നയനങ്ങളോടെ രവിവർമ്മ കണ്ടു. കറുത്ത നീണ്ട മുടിയിഴകൾ ഹിമപ്രദേശത്തുടൊഴുകുന്ന അസംഖ്യം ധാരകൾ പോലെ ശുഭ്രശയ്യയിൽ ചിതറിക്കിടന്നു. നെറ്റിയിലെ മധ്യഭാഗം തേടുന്ന ഋജുവായ നാസികയുടെ ചെങ്കുത്തായ വശങ്ങൾ ഭാവന കൊണ്ട് തുടിച്ച ആ നാസിക ലോലമായ ചുവന്ന ചുണ്ടുകൾ കവിളുകളിൽ വീണ നുണക്കുഴികൾ കുറച്ചു വളഞ്ഞ്

വീണ്ടും ഉയർന്ന വായ തോളിനോട് വികസിച്ച ചേരുന്ന കഴുത്ത് കണ്ഠത്തിൽ നിന്നും വീതിയേറിയ മണിബന്ധം, വക്ഷ സ്ഥലം, ഉയർന്ന വെളുത്ത പയോധരങ്ങളിൽ പകുതി ഉയർന്ന സ്തനാഗ്രങ്ങൾ. ആ ശരീരത്തിന്റെ അക്രൂരരേഖകൾ എത്ര പ്രമാണബദ്ധം! ശിശിരത്തുവിലെ ഉയർന്ന, ഇലകളില്ലാത്ത വൃക്ഷശാഖകൾ പോലെ... പാദങ്ങളിൽ നിന്നുത്ഭവിച്ച വക്രരേഖ അരക്കെട്ടിൽ തറഞ്ഞൊന്നു വളഞ്ഞു മേലോട്ടൊഴുകുന്നു. ആ രേഖയുമായി മേളിക്കുവാൻ കമനീയമായ മറ്റൊരു രേഖ ചുമൽ ഭാഗത്തുനിന്നും താഴോട്ടൊഴുകുന്നു. ഭൂമിയിൽ ഗംഗയുടെ അവതാരം പോലെ... അടുത്തിടെ എം.എഫ് ഹുസൈനെതിരെയുണ്ടായ ആരോപണം ഹിന്ദുദേവതകളെ നഗ്നതയോടെ വരച്ചെന്നും ദേവീദേവൻമാരെ അപമാനിച്ചെന്നും ഹിന്ദുക്കളുടെ മതവികാരങ്ങളെ വ്രണപ്പെടുത്തിയെന്നുമുള്ള ആരോപണം മഹാരാഷ്ട്രയിൽ ആദ്യമേറ്റു വാങ്ങിയത് രവിവർമ്മയാണ്. ഹിന്ദുമത സംഘടനകളിലെ ചിലർ രവിവർമ്മയ്ക്കും ചിത്രങ്ങൾക്കുമെതിരെ ബോംബെയിലെ കോടതിയിലെത്തി. കലാതൽപ്പരരായ ബോംബയിലെപല വക്കീലൻമാരും രവി വർമ്മയ്ക്കു വേണ്ടി കേസു വാദിക്കാൻ വന്നെങ്കിലും രവിവർമ്മ അവരുടെ സഹായം സ്വീകരിക്കാതെ സ്വയംകേസുവാദിക്കാൻ തയ്യാറായി. 'കലാകാരന്റെ സത്യവും വികാരവും കലാകാരനേ അവതരിപ്പിക്കാനാവൂ-എന്നായിരുന്നു. രവിവർമ്മ കണ്ടത്. കേസ് വൻ വിവാദമായി. വാദിഭാഗത്ത് പ്രഗൽഭ നിയമജ്ഞർ, പ്രതിഭാഗത്ത് കലാകാരനായ രവിവർമ്മ. കോടതിമുറിയിൽ നീണ്ട വാദങ്ങൾ നടന്നു. രവിവർമ്മ കേസു തോൽക്കുമെന്നും വിലങ്ങണിഞ്ഞു തുറുങ്കിലടയ്ക്കപ്പെടുമെന്നും മതവാദികൾ പ്രചാരണം നടത്തി. പക്ഷേ വിധി കലാകാരനായ രവിവർമ്മയ്ക്കനുകൂലമായിരുന്നു. കലാകാരന്റെ സത്യസന്ധതയെയും കോടതി പ്രകീർത്തിച്ചു.

കോടതി വിധി ദിവസം- താൻ മൂലം രവിവർമ്മ വിലങ്ങണിഞ്ഞു തുറുങ്കിലടയ്ക്കപ്പെടുന്ന തോർക്കാൻ കഴിയാതെ രവിവർമ്മച്ചിത്രങ്ങളുടെയെല്ലാം മോഡലും പ്രചോദനവുമായ സുഗന്ധാബായി വിഷം കഴിച്ചു. അനുകൂല വിധി അറിയിക്കാൻ സുഗന്ധക്കരികിലോടിയെത്തിയ രവിവർമ്മ മരണത്തിലേക്ക് അടിവെച്ചു കഴിയുന്ന സുഗന്ധാബായിയെയാണ് കാണുന്നത്. രവിവർമ്മയുടെ മടിയിൽ സുഗന്ധ മരിച്ചു കിടന്നു.

സുഗന്ധയുടെ മരണം രവിവർമ്മയിലെ ചിത്രകാരനെയും വ്യക്തിയേയും എന്നേക്കുമായി തളർത്തി. 'രവിവർമ്മയിലെ ചിത്രകാരനെ

തഴുകിയുണർത്താനും പുനർജ്ജനിപ്പിക്കാനുമായി ഫ്രെന എന്ന ചിത്രകാരിയും അഞ്ജലീബായിയെന്ന ഗായികയുമൊക്കെ ശ്രമിച്ചെങ്കിലും ഒന്നും ഫലം ചെയ്തില്ല. 'ചിത്രങ്ങൾ വരയ്ക്കുമ്പോൾ അവയിലെ സുഖദുഃഖങ്ങളുമായി ചിത്രകാരന് പോരാടേണ്ടതുണ്ട്. ആ പോരാട്ടം കൊണ്ട് ഞാൻ തളർന്നുപോയി... എന്ന വാക്കുകളോടെ 56-ാമത്തെ വയസ്സിൽ രവിവർമ്മ മരിച്ചു.

രവിവർമ്മയെന്ന ചിത്രകാരന്റെ തകർന്ന കുടുംബജീവിതം ആളിക്കത്തി സമഗ്രശോഭയണച്ച കലാജീവിതവും അപൂർവ്വചാരുതയോടെയാണ് 'രാജരവിവർമ്മ'യിൽ രൺജി ദേശായി എന്ന മറാഠി എഴുത്തുകാരൻ രേഖപ്പെടുത്തിയിരിക്കുന്നത്. 'സുഗന്ധാബായി'യെന്ന മറാഠി മോഡലിന്റെ അനശ്വര സൗന്ദര്യവും രവിവർമ്മയെന്ന കലാകാരനോടുണ്ടായ അലൗകികസ്നേഹം കൊണ്ട് നിറഞ്ഞുതുളുമ്പിയ ഹൃദയവും രൺജിത് ദേശായി എന്ന നോവലിസ്റ്റ് വായനക്കാരനെ അനുഭവിപ്പിക്കുന്നു.

വാൻഗോഗ്

വാൻഗോഗ് കഥയും ജീവിതവും വേറൊന്നായിരുന്നു. മോഡലുകളും പ്രമേയങ്ങളും ചിത്രങ്ങളും മറ്റൊന്നായിരുന്നു. രവിവർമ്മയ്ക്ക് ദാമ്പത്യം ഒരു തകർന്ന അധ്യായമായെങ്കിലും സ്നേഹവും മനസ്സും പങ്കുവെക്കാനും പകരാനും യഥേഷ്ടം പകരക്കാരുണ്ടായിരുന്നു. കാമിനിയും, സുഗന്ധയും, അഞ്ജലീബായിയും, ഫ്രെനെയും... പക്ഷേ വാൻഗോഗിന്റെ ജന്മം! നിറഞ്ഞു തുളുമ്പിയ തന്റെ മനസ്സും സ്നേഹവും പകരാൻ അയാൾക്കൊരിക്കലും സ്ഥായിയായി ഒരിണയുണ്ടായില്ല. ഒരു സുഹൃത്തില്ലാതെ കൂട്ടുകാരിയില്ലാതെ അകം നിറയെ തിളച്ചുമറിഞ്ഞ സ്നേഹങ്ങളും മോഹങ്ങളുമായി അയാൾ ജീവിതം മുഴുക്കെ ഉന്മാദിയായി ഉഴറി.

സാമാന്യം സമ്പന്നമായ കുടുംബത്തിലാണ് വാൻഗോഗിന്റെ ജനനവും, ഹോളണ്ടിലെ ബ്രബാന്റാണ് ജന്മസ്ഥലം. വൈദിക വൃത്തി നയിക്കുന്ന അച്ഛൻ തിയോഡറസ്, വൻ ചിത്രകലാ വ്യാപാരിയായ ഇളയച്ഛൻ, കലാവ്യാപാരത്തിൽ ഏർപ്പെട്ട സഹോദരൻ തിയോ, അമ്മ എന്നിവരാണ് കുടുംബക്കാർ. ബാല്യത്തിലും കൗമാരത്തിലുമൊക്കെ വിഷാദത്തെ ആത്മസുഹൃത്തായി കൊണ്ടു നടന്ന ഒരന്തർമുഖനായിരുന്നു വിൻസെന്റ് വാൻഗോഗ്.

ലണ്ടൻ നഗരത്തിലെ ചിത്രകലാ ഗാലറിയിലെവിൽപ്പനക്കാരനായി വാൻഗോഗ് ജിവിതം തുടങ്ങി. പണക്കാരായ ആളുകൾ ചീത്തചിത്രങ്ങൾ മാത്രം വാങ്ങുന്നത് കണ്ട് വാൻഗോഗ് ജോലിയിൽ അസ്വസ്ഥനായി. പക്ഷേ, കിന്റർഗാർട്ടൻ സ്കൂൾ നടത്തുന്ന എർസ്യൂല വാൻഗോഗിനെ അഹ്ലാദവാനാക്കി. ചിത്രരചനയിൽ ഉണർവുണർത്തി. പക്ഷേ ചിത്രകാരനായ വിൻസെന്റിന്റെ സൗഹൃദം മാത്രം അഭിലഷിച്ച മറ്റൊരാളുമായി വിവാഹ നിശ്ചയം പോലും കഴിഞ്ഞിരുന്ന ഏർസ്യൂല, വാൻഗോഗിന്റെ വിവാഹാഭ്യർത്ഥനയെയും പ്രേമ പ്രകടനങ്ങളെയും നിരസിച്ചു. മുങ്ങിച്ചാവുന്നവന്റെ പുൽത്തുരുത്തായി ലഭിച്ച ആദ്യകാമുകിയുടെ പ്രേമ തിരസ്കാരം വാൻഗോഗിന് താങ്ങാനായില്ല. അത് വാൻഗോഗിന്റെ മനോനില തകർത്തി. അയാൾ ചിത്രഗാലറിയിലെ ജോലി ഉപേക്ഷിച്ച് ലണ്ടനോട് വിട പറഞ്ഞു. “നിന്റെ ഹൃദയം നിന്നെ ദൈവ സേവനത്തിനു നയിക്കുകയാണ്.” എന്ന് പറഞ്ഞുകൊണ്ട് വിചിത്ര ജീവിയും അസ്വസ്ഥനുമായ മകനെ അച്ഛൻ പാതിരിയാവാൻ പ്രേരിപ്പിച്ചു.

വൈദികനാവാൻ വാൻഗോഗ് ആദ്യം മി. ജോൺസിന്റെ മെതേഡിസ്റ്റ് സ്കൂളിലും പിന്നെ അമ്മാവനായ യോഹന്നാസ് വാൻഗോഗിന്നടുത്ത് ആംസ്റ്റർഡാമിലുമെത്തി. അവിടെ യോഹന്നാസിന്റെ മകളായ കെ. വാൻഗോഗിനെ ആകർഷിച്ചു. എന്നാൽ തന്റെ കസിനും തന്നെക്കാൾ രണ്ടു വയസ്സ മൂപ്പുള്ളവളുമായ കെ. വിവാഹിതയും ഭർത്താവായ വോസും രണ്ടു വയസ്സായ മകളുമുള്ളവളാണെന്നറിഞ്ഞതോടെ വാൻഗോഗ് നിരാശനായി. സ്നേഹത്തിനായുള്ള തീവ്ര വിശപ്പിനാൽ വേട്ടയാടപ്പെട്ട വാൻഗോഗ് അവിടെ നിന്നും തെക്കൻ ബെൽജിയത്തിലെ കൽക്കരി ഖനികളുടെ നാടായ ‘ബോറിനാഷിലേക്ക്’ വണ്ടി കയറി.

അക്കാലത്ത് കറുത്ത ഈജിപ്ത് എന്നറിയപ്പെട്ട ബോറിനാഷ് വിൻസെന്റ് വാൻഗോഗിലെ മനുഷ്യനെയും ചിത്രകാരനെയും ഇളക്കിമറിച്ചു. അവിടെ മുഴുവൻ ഖനിത്തൊഴിലാളികളാണ്. ഒരായിരം അപകടങ്ങൾക്കിടയിൽ ജോലി ചെയ്യുന്നവർ. ശരീരത്തിലെ ജീവൻ നിലനിർത്തുന്നതിനുപോലും തികയാത്ത ശമ്പളമുള്ളവർ. പൊട്ടിപ്പൊളിഞ്ഞ കുടിലുകളിൽ കരിയിലും മണ്ണിലും പുകയിലും തണുപ്പിലും വിശപ്പിലും അവരുടെ ഭാര്യമാരും കുഞ്ഞുങ്ങളും... വാൻഗോഗിന് തൊണ്ടയിലെപ്പോഴും എന്തോ തടയുകയും ഭക്ഷണം ഇറക്കാൻ പോലും പറ്റാത്ത വിധമുള്ള അസ്വസ്ഥത അയാളെ വീർപ്പുമുട്ടിക്കുകയും ചെയ്തു.

വൈദികനെന്ന നിലയിൽ അവരിൽ നിന്നു വിഭിന്നമായി തനിക്കുള്ള സുഖ സൗകര്യങ്ങളെല്ലാം വലിച്ചെറിഞ്ഞ് അയാൾ അവരിലൊരാളായി ജീവിച്ചു തുടങ്ങി... ബോറിനാഷിൽ പട്ടിണിയും ദാരിദ്ര്യവും രോഗവും മൂലം വാൻഗോഗ് അവശനായി മരണത്തിലേക്കടുത്ത്. എല്ലാം കേട്ടറിഞ്ഞെത്തിയ 'തിയോ' അയാളെ തന്നോടൊപ്പം ഹേഗിലേക്ക് കൊണ്ടുപോയി.

ഹേഗിൽ ചിത്രകാരൻമാരുടെ കൂട്ടായ്മയും മദ്ധ്യവയസ്കയായ തെരുവ് വേശ്യ ക്രിസ്റ്റീന്റെ കൂട്ടും വാൻഗോഗിനുൻമേഷമായി. അയാൾ ചിത്രരചനയിൽ മുഴുകി. ക്രസ്റ്റീനെ വിവാഹം കഴിക്കാൻ വാൻഗോഗ് തയ്യാറായെങ്കിലും സ്വതന്ത്ര്യജീവിതമോർത്ത് അവളൊഴിഞ്ഞു മാറി. പക്ഷേ ധാരാളിയായ ക്രിസ്റ്റീനെയും കുഞ്ഞുങ്ങളെയും പോറ്റി വൈകാതെ വാൻഗോഗിന് കടം കയറി. ഒടുവിൽ വീണ്ടും ആശ്വാസം തേടി വാൻഗോഗ് അച്ഛനും അമ്മയും താമസിക്കുന്ന 'ന്യൂന'യിലേക്ക് മടങ്ങി. അവിടെ തെളിഞ്ഞ പ്രകൃതി ഭംഗികളിലും കൃഷിക്കാരുടെ നിഷ്കളങ്കതയിലും കുറെ നാൾ മുങ്ങി. വാൻഗോഗിനെപ്പോലെ തന്നെ സ്നേഹത്തിന് വേണ്ടി ഉഴറുകയായിരുന്ന മധ്യവയസ്കയായ മാർഗോ ബെഗനുമാനുമായി പ്രണയത്തിലായി. മാർഗോവിന്റെ കുടുംബക്കാരുടെ ശക്തിയേറിയ എതിർപ്പും അവളുടെ ആത്മഹത്യാശ്രമവുമായപ്പോൾ തിയോ തന്നോടൊപ്പം വാൻഗോഗിനെ ചിത്രകാരൻമാരുടെ പറുദീസയായ പാരീസിലേക്ക് കൂട്ടി.

പാരീസ് എന്തോ വാൻഗേഗിനിണങ്ങിയില്ല. അയാൾ അവിടെ നിന്നും ആർളിലെത്തി. ആർളിൽ വെച്ചാണ് യഥാർത്ഥത്തിൽ വാൻഗോഗിൽ ചിത്രകല തിളച്ചുമറിയുന്നത്. റിനൈസൻസ് പീരീഡിനുശേഷം ചിത്രകാരൻമാരാരും ഏറെ ഉപയോഗിക്കാതിരുന്ന 'മഞ്ഞ' നിറം ഒരൊബ്സഷനായി മാറി. മഞ്ഞ ഒരു ജ്വാലാ പ്രവാഹമായി വാൻഗോഗിന്റെ ക്യാൻ\വാസുകളിൽ നിറഞ്ഞൊഴുകി.

ആർളിലെ സ്ത്രീ, സൂര്യകാന്തിപ്പൂക്കൾ, ചുകന്ന മുന്തിരിത്തോട്ടം, ഉരുളക്കിഴങ്ങു തിന്നുന്നവർ, ബോറിനാഷ്, അവിടത്തെ സന്ധ്യകൾ, കുട്ടികൾ, ഖനിത്തൊഴിലാളികൾ, ആർളിലെ ഉഴുതുമറിച്ച പാടങ്ങൾ, വാൻഗോഗിന്റെ പ്രശസ്ത രചനകളൊന്നൊന്നായി ക്യാൻവാസുകളിൽ വിരിഞ്ഞു. മോഡലായി കിട്ടിയ പതിനാറുകാരിയായ 'റാഷേൽ' കാമുകിയായി. പ്രചോദനമായി. റാഷേലിന്റെ പ്രേമത്തിനായാണ്

വാൻഗോഗ് തന്റെയൊരു ചെവിയരിഞ്ഞ് അവർക്ക് കാഴ്ച വെച്ചത്...! പിന്നെ ഉൻമാദാവസ്ഥയിലായ വാൻഗോഗ് സാങ്മറിയിലെ ഭ്രാന്താശുപത്രിയിൽ ചികിത്സയിലായി അസുഖം കുറഞ്ഞതോടെ അനിയൻ തിയോവും കുടുംബവും താമസിക്കുന്ന ഒവേറിലേക്ക് ഡോ. ഗാഷേയുടെ ചികിത്സയിൽ തിയോ വാൻഗോഗിനെ മാറ്റി.

ഒരു നല്ല ആത്മാവും ഇത്തിരി കിറുക്കിൽ നിന്നൊഴിവാകില്ല. എല്ലാ കലാകാരൻമാരും ഭ്രാന്തൻമാരാണ്. അതാണ് അവരിലെ ഏറ്റവും വലിയ നന്മ... എന്നുമുള്ള അരിസ്റ്റോട്ടിലിന്റെ വാക്കുകളെ വാൻഗോഗിന്റെ ജിവിതം അർത്ഥവൽക്കരിച്ചു.

കാലപരിധിയുടെ കൃത്യതയോടെ ഉൻമാദരോഗബാധ വാൻഗോഗിനെ ആക്രമിച്ചുകൊണ്ടിരുന്നു. അടുത്തബാധ മിക്കവാറും തിരിച്ചു വരവില്ലാത്തവിധം തന്നെയൊരു മുഴുഭ്രാന്തനാക്കുക തന്നെ ചെയ്യുമെന്ന് വാൻഗോഗ് ഭയന്നു. അയാൾ ആർളിലെ ഉഴുതുമറിച്ച വയലുകളിലൂടെ ഈസലുമായി നടന്നു. ‘ചോളവയലിനുമുകളിൽ കാക്കകൾ’ എന്ന തന്റെ അവസാനചിത്രം വാൻഗോഗ് എഴുതി. തന്റെ അന്ത്യവിധി- രോഗബാധ അടുത്തുവരുന്നതായി വാൻഗോഗ് അബോധമനസ്സിലറിഞ്ഞു. “ഈ നീരാളിയിൽ നിന്നും തനിക്കു മോചനമില്ല” അയാൾ സ്വയം പറഞ്ഞു. ‘എല്ലാവരോടും വിടപറയണം. ജീവിതത്തിന്റെ പുറമ്പോക്കിലേക്ക് തന്നെ തള്ളിയെറിഞ്ഞ ആദ്യകാമുകി ഏർസ്യുല, ജീവിതം എന്നെങ്കിലും നീതീകരിക്കപ്പെടും എന്നു പ്രവചിച്ച ദക്കോസ്റ്റ. “ഇല്ല ഒരിക്കലുമില്ല” ആത്മാവിൻ അമ്യത്തിലെഴുതിയ കസിൻ കെവോസ് സ്നേഹത്തെ ഉണർത്തിയ മാറ്റം ദെനി എന്ന് വേർനെ, ദൈവം നൽകിയ താൽക്കാലിക ഭാര്യ ക്രിസ്റ്റീന, മിസ്, മർഗോവ്, ഹേഗിലേയും പാരീസിലേയും ചിത്രകാര സുഹൃത്തുക്കൾ, അവസാന കാമുകിയായ റാഷേൽ, ഏറ്റവുമൊടുവിൽ തന്നെ ജീവനേക്കാൾ ഏറെ സ്നേഹിക്കുന്ന പ്രിയ അനുജൻ തിയോ...

എല്ലാവരോടുമുള്ള വിടവാങ്ങലിന് നിന്ന് കൊടുക്കുന്നതെങ്ങനെ?

വിൻസെന്റ് വാൻഗോഗ് ആർളിലെ തിളച്ചുമറിയുന്ന സൂര്യന് നേരെ മുഖമുയർത്തി കൈത്തോക്ക് ശരീരത്തോട് ചേർത്ത് പിടിച്ച് കാഞ്ചി

വലിച്ചു. പതുക്കെ കാലിടറി. ഉർവരതയുടെ തീക്ഷ്ണഗന്ധമുള്ള മണ്ണിന്റെ മാറിലേക്ക് പ്രിയ പുത്രൻ വാൻഗോഗ് മുഖമടച്ചു വീണു.

ഹൊ! എന്റെ രചനകൾ ഞാൻ ജീവിതവും മനസ്സിന്റെ സമനില പോലും അതിനുവേണ്ടി ഹോമിച്ചു.... ഒന്നു തേങ്ങിക്കൊണ്ട് അനുജൻ തിയോയുടെ മടിയിൽ കിടന്നു വിൻസെന്റ് വാൻഗോഗ് മരിച്ചു.

വിൻസെന്റ് വാൻഗോഗ് എന്ന എക്കാലത്തെയും വലിയ ചിത്രകാരന്റെ ശാപഗ്രസ്തമായ ജീവിതത്തെ തുടിക്കുന്ന വികാരതീവ്രതയോടെ എർവിങ്ങ് സ്റ്റോൺ എന്ന നോവലിസ്റ്റ് അക്ഷരവൽക്കരിച്ചു.

വിവർത്തനത്തിലൂടെ നഷ്ടപ്പെടുന്നതെന്തോ അതാണ് കവിത എന്ന ചൊല്ലുണ്ടെങ്കിലും 'ലസ്റ്റ് ഫോർ ലൈഫ്' മലയാളത്തിലാക്കിയ എം. ജയചന്ദ്രനും. 'രാജാരവിവർമ്മയുടെ വിവർത്തനം നടത്തിയ കെ.ടി രവിവർമ്മയും കവിതാമയമായ ഭാഷയും വികാരതീവ്രതയും 'ജീവിതാസക്തിയിലും' രാജാ രവിവർമ്മയിലും നിറച്ചു വെച്ചു. അനശ്വരരായ രണ്ട് കലാകാര ജന്മങ്ങളെ ഭാഷയിൽ പരിചയപ്പെടുത്തിയെന്നതിൽ അവർക്ക് അഭിമാനിക്കുകയുമാവാം.

പരശുറാം എക്സ്പ്രസ്സ്

തിരുവനന്തപുരം –മംഗലാപുരം പരശുറാമിന് തിരുവല്ലയിൽ നിന്നും കയറുമ്പോൾ സമയം രാവിലെ ഒമ്പതുമണി. ബുധനാഴ്ചയായതോണ്ടാവും എ.സി കോച്ചിൽ ആകെ ആറോ, ഏഴോ ആൾ. നടുഭാഗത്ത് ഇരുവശം മൂന്നുപേർക്കു വീതം ഇരിക്കാവുന്ന കുഷ്യൻ സീറ്റുകളിലൊന്നിൽ ഞാനിരുന്നു. വണ്ടി എറണാകുളം പിടിച്ചതോടെ സ്ഥിതിയാകെ മാറി. ട്രോളി ബാഗുകളും വട്ടികുട്ടകളുമായി ആളുകൾ ഇരച്ചുകയറി. എന്റെ എതിർ സീറ്റിലേക്കും രണ്ടുപേർ വന്നു. ഒന്നൊരമ്മച്ചി. സുമാർ എഴുപതെൺപതു പ്രായം, വെളുത്തു തടിച്ച ശരീര പ്രകൃതി. ചുമലിനു ചേർത്തു മുറിച്ച വെള്ള നിറമുള്ള ചികുരഭരം. കുപ്പായത്തിനു പുറമെ കറുത്ത ഓരോവർകോട്ട്. കഴുത്തിൽ ഞാത്തിയിട്ട കണ്ണട. വിടർന്ന തെളിച്ചമുള്ള കണ്ണുകൾ. സഖാവ് വി.എസ്സിനെ ഓർമ്മിപ്പിക്കുന്ന തരം മുഖവടിവുകൾ.

അമ്മച്ചിയുടെ സഹയാത്രിക ഒരു സുന്ദരി യുവതി. മുപ്പത് മുപ്പത്തിയഞ്ച് പ്രായം. ടീ ഷർട്ടും ലെഗ്ഗിൻസും വേഷം, കറുത്ത കൂളിംഗ് ഗ്ലാസ്സ്, കഴുത്തിലെ നീളൻ ചെയിനിൽ ഒരു കുരിശ് തൂങ്ങിയാടുന്നു. യുവതി ലഗേജുകൾ സൈഡിലെ റാക്കിൽ അടക്കിയൊതുക്കിവെച്ചു. തടിച്ച ഒരു ഇംഗ്ലീഷ് നോവൽ, ഒരു ജേർണൽ. കൂളിംഗ് ഗ്ലാസ്സ്, ഹാന്റ് ബാഗ് എന്നിവ മുമ്പിലെ ടേബിളിൽവെച്ച് സീറ്റിലിരുന്ന് എനിക്കു നേരെ വിഷ് ചെയ്യുന്നതുപോലെ ഒരു ചിരി ചിരിച്ചു.

ഞാൻ സ്വയം പരിചയപ്പെടുത്തിയപ്പോൾ അവൾ പറഞ്ഞു. ഐ.ആം മരിയ നിക്കോളാസ്, മാംഗ്ലൂർ.

സീറ്റിലേക്ക് ചാഞ്ഞ് അമർന്നിരുന്നശേഷം അമ്മച്ചി എന്നോടു തിരക്കി 'മോനെങ്ങോട്ടാ?'

കുറച്ചു വടക്കാണ് കാഞ്ഞങ്ങാട്. ഞാൻ പറഞ്ഞു.

'ഹ ഹ ഹ അപ്പൊ കൊറെ നേരം നമ്മള് ഒന്നിച്ചു തന്നെ യാത്ര അല്ലേ?'

'അതെ' ഞാൻ ചിരിച്ചു.

'ഒന്നുണ്ടായിട്ടല്ല മോനേ വണ്ടി നിറയെ എപ്പളും ആളുകളല്ലേ? കേറുന്നു ഇറങ്ങുന്നു. കേറുന്നു ഇറങ്ങുന്നു പക്ഷേ ഒരാളെന്നെയാവുമ്പോ നമുക്കങ്ങനെ പലേ കാര്യങ്ങളും മിണ്ടീം പറഞ്ഞും ഇരിക്കാലോ അല്ലേ?'

ഞാൻ പറഞ്ഞു : അതെ.

'ഇവള് എന്റെ മോളാ പറഞ്ഞിട്ടെന്താ?' അമ്മച്ചി സുന്ദരിയുടെ പുറത്ത് തട്ടിക്കൊണ്ട് പറഞ്ഞു. ഒരു പുസ്തകപ്പുഴുവാ. സദാ നേരം വായനയാ. അതല്ലെങ്കി മൊബൈല് അതങ്ങനെതട്ടി തട്ടി നോക്കിയിരിക്കും. മോനേ എനിക്കങ്ങനെ ജീവനൊള്ള പച്ച മൻഷൻമാരോട് മിണ്ടീം പറഞ്ഞും കഴിയണം. എന്താ ചെയ്യാ?

'മരിയാ നീ ആ സോക്സൊന്നെടുത്തേ, ഇല്ലേല്ല് അവിടെത്തുമ്പോഴേക്ക് കാല് രണ്ടും മരച്ചു മരക്കട്ടയാവും' അമ്മച്ചി പറഞ്ഞു.

മരിയ ബാഗേജിൽ നിന്നും സോക്സെടുത്ത് അമ്മച്ചി സീറ്റിലേക്ക് ഉയർത്തിവെച്ച കാലുകളിലേക്ക് വലിച്ചു കയറ്റി.

'എനിക്കീ ഷുഗറുള്ളതോണ്ട് ഏസീല് കോറെയിരുന്നാ കാലങ്ങ് മരവിക്കും അതാ' അമ്മച്ചി പറഞ്ഞു. അതെയതെ- ഞാൻ പറഞ്ഞു.

'മരിയേ നീ ആ ബോട്ട്ലീന്ന് കൊറച്ച് കുടിക്കാൻ താ- ഒരു മുറുക്കും എടുത്തോ.'

മരിയ കൊടുത്ത കോളക്കുപ്പിയിൽ നിന്ന് രണ്ടിറക്ക് കുടിച്ച് മുറുക്കും തിന്ന് അമ്മച്ചി എന്തോ ആശ്വാസമായപോലെ നെടുവീർപ്പിട്ടു.

പിന്നെയവർ മറുവശത്തെ സീറ്റിലൊക്കെയുള്ള യാത്രക്കാരെ നോക്കി.

ഒരു ചെറുപ്പക്കാരൻ, മുഖം മറയ്ക്കാതെ ബുർഖയിട്ട യുവതി. യുവതിയുടെ മടിയിൽ കണ്ണിന് 'ബാന്റേജിട്ട മൂന്നാല് വയസ്സുള്ളൊരു പെൺകുട്ടി'

അമ്മച്ചി ആകംംഷയോടെ തിരക്കി: 'ശ്ശോ ഇതെന്താ മോളുടെ കണ്ണിന് പറ്റിയേ'

'അത് ഒരോപ്രഷൻ ചെയ്തേന്റയാ' ചെറുപ്പക്കാരി പറഞ്ഞു.

'ങളെങ്ങോട്ടേയ്ക്കാ' അമ്മച്ചി

'ഞാള് തിരൂര്ക്കാ' ചെറുപ്പക്കാരൻ പറഞ്ഞു.

'എപ്പഴാ മോക്ക് ഓപ്പറേഷൻ ചെയ്തേ?'

'മിനിയാന്ന്'

'എന്തിനാർന്നു ഓപ്പറേഷൻ'

'കണ്ണിന്റ സുഖത്തിനാ'

'കണ്ണിന് എന്നാ പറ്റീട്ടാ മോനേ...?'

ചെറുപ്പക്കാരൻ ഓ ഒരു ശല്യമായല്ലോ എന്ന മട്ടിൽ മുഖം തിരിച്ചു.

'ഒന്നും പറ്റീതല്ലമ്മാ. ഓക്ക് ജനിക്കുമ്പളേള്ള പ്രശ്നാ. കായ്ച്ചക്കൊറവാ. കൊല്ലത്തില് ഓപ്പറേഷൻ വേണം. ഇദ് മൂന്നമത്യാ' ചെറുപ്പക്കാരി മറുപടി പറഞ്ഞു.

'ശ്ശോ! എന്റെ മോളേ!' കൊച്ച് എന്തോരം വേദന തിന്നു കാണും! ഇപ്പഴെങ്ങനെയുണ്ട് കാഴ്ച ശരിയായോ'\?

'ശരിക്കും ശരിയായ്റ്റ്ല. ഇനി ഓപ്പറേഷൻ വേണ്ടാ. മര്ന്ന് കയ്ച്ചാ മതി, കെർമേണ ശരിയായിക്കോളും ന്നാ ഡോക്റ്റർ പറഞ്ഞേ – ചെറുപ്പക്കാരി പറഞ്ഞു നിർത്തി.

'തിരൂര് ഏടാന്ന് പറഞ്ഞേ' അമ്മച്ചി ചെറുപ്പക്കാരനോടായി തിരക്കി

ചമ്രവട്ടത്താ. ചെറുപ്പക്കാരൻ

'മോനെന്താ ജോലി'

ഓറ് ഗൾഫിലാർന്നു. ഇപ്പ മതിയാക്കി വന്ന് നാട്ടില് ചെറിയൊരു കച്ചോടാ' യുവതി പറഞ്ഞു.

‘ഓപ്പറേഷന് വലിയ ചെലവായോ മോനേ?’

‘ചെലവാ? മൂന്ന് ഓപ്പറേഷനോടെ ഞാൻ ദുബായീക്കെടന്ന് നയിച്ച തൊക്ക തീർന്നു. ഇപ്പം കടത്തിലാ പോന്നേ...’ ചെറുപ്പക്കാരൻ പറഞ്ഞു.

അല്പം കഴിഞ്ഞ് അമ്മച്ചി അടുത്ത സീറ്റിൽ ഗൗരവത്തിലിരിക്കുന്ന കപ്പടാ മീശക്കാരൻ മധ്യവയസ്കനെ നോക്കി ചിരിച്ചു.

‘നിങ്ങളെങ്ങോട്ടാ?’

‘താമരശ്ശേരിക്കാ’ അയാൾ പറഞ്ഞു.

‘അതെവിടാ’

‘കോഴിക്കോട്ടി’റങ്ങി ബസ്സിനു പോണം. വയനാട്ടു ഭാഗത്താ. കപ്പടാമീശ മടിയിലിരുന്ന കാപ്പി പലഹാരങ്ങൾ കഴിക്കുന്നതിലേക്കായി. കോച്ചിൽക്കയറി മണിക്കൂറൊന്നായില്ല. അമ്മച്ചി ചുറ്റം കേൾക്കാവുന്ന അകലത്തുള്ളവരെയൊക്കെ പരിചയമായി. അവരുടെയൊക്കെ പേര്, വീട്, ജോലി. വണ്ടി തൃശ്ശൂരെത്തി. മരിയ നിക്കോളാസ് ഒരു ജേർണൽ മറിച്ചുനോക്കിക്കൊണ്ടിരിക്കുന്നു. കോളക്കുപ്പിയിൽ നിന്ന് ഒരു കവിൾ കൂടി ഇറക്കി കുപ്പി മറിയക്ക് കൊടുത്ത് അമ്മച്ചി എന്നോടായി പറഞ്ഞു. ‘ഇവള് എന്റെഎളേ മോളാ. ഡോക്ടറാ —‘അമ്മച്ചികൂടുതൽ തുടരാൻ തുടങ്ങിയപ്പോൾ മരിയ പറഞ്ഞു. ഞാൻ ഡൻടിസ്റ്റാ.

‘സ്വന്തം സ്ഥലം മാംഗ്ളൂരാണോ? ഞാൻ വെറുതെ ലോഗ്യത്തിനു തിരക്കി.

‘അല്ലല്ല ഞങ്ങളെ മട്ടാഞ്ചേരിക്കാരാ’ മരിയ പറഞ്ഞു.

‘പിന്നെന്താ മാംഗ്ളൂരിൽ’?

അത്, ഞാനവിടാ ബി.ഡി.എസ്. ചെയ്തത്. ഒന്നിച്ചു പഠിച്ച ഗോവ മഡ്ഗാവിലെ നിക്കോളാസിനെയാ മാരി ചെയ്തേ. ഇപ്പോ ‘ഹമ്പൻകട്ട’ എന്നിടത്ത് രണ്ടുപേരും ചേർന്ന് ഒരു ഡന്റൽ ക്ലീനിക്ക് നടത്തുകയാ. അവിടടുത്ത് തന്നെ വീടു വെച്ചു സെറ്റിൽ ചെയ്തു. മരിയ നിക്കോളാസ് പറഞ്ഞു. ഇടയ്ക്കെപ്പോഴെങ്കിലും മമ്മി നിർബന്ധിക്കുമ്പോൾ നാട്ടിലോട്ടൊക്കെയൊന്നു പോകും. മമ്മീടെ റിലേറ്റീവ്സൊക്കെ അങ്ങോട്ടാ. മട്ടാഞ്ചേരി, തൊടുപുഴ, കട്ടപ്പന, പിറവം അങ്ങനെ. ഒക്കെപ്പേരേം കണ്ട് ചുറ്റി മടങ്ങും-

ട്രെയിൻ പട്ടാമ്പി വിടാറായപ്പോൾ അമ്മച്ചി മരിയയോടു പറഞ്ഞു. നീ ആ കോളക്കുപ്പിയൊന്നെടുത്തേ.-

ഇതെന്നതാ മമ്മീ തൃശ്ശൂരീന്നല്ലേ കുടിച്ചേ?

'നീ താടീ എന്റെ തൊള്ള വല്ലാതെ വരളുകയാ.' മരിയ കോളക്കുപ്പി യും തിന്നാനായി ഒരു മുറുക്കും കൊടുത്തു.

'ഇപ്പഴിപ്പഴ് വല്ലാത്തൊരു പരവേശാ മോനേ. മുമ്പൊക്കെ ശരീര ത്തിനാ. ഇപ്പഴിപ്പഴ് മനസ്സിലും എന്തൊക്കെയോ ആധികളാ' അമ്മച്ചി പറഞ്ഞു.

'ഡേയ് ഒന്നു നിക്ക്' സമീപത്തൂടെ കോട്ടിട്ടു നടന്ന കോച്ച് അറ്റൻ ഡറെ അമ്മച്ചി വിളിച്ചു. നീ ഈ ഏ.സി അല്പം കുറച്ചിടാമോ മോനേ. ആകെ തണുത്തിട്ട് വയ്യാ'

'കൊറക്കാം' അറ്റൻഡർ പോയപ്പോൾ അമ്മച്ചി തുടർന്നു. ഇവന്മാരു ടെയൊക്കെ വിചാരം എർണാകുളത്തൂന്ന്. ഏ.സീ ക്കേർന്നോരൊക്കെ ദുബൈക്കാരാന്നാ. കുട്ടിയങ്ങിടും. 'ഞാനേയ് ഗൾഫീ അനുമോളടുത്താ രുന്നപ്പോഴും സ്റ്റേറ്റ്സിൽ ജോണിക്കുട്ടീടടുത്താരുന്നപ്പോഴുമൊക്കെ പറയും എനിക്ക് ഏ.സീ ഡീസീമൊന്നും വേണ്ടാ. നിങ്ങള് വേണേല് മിനിമത്തീ വെയ്യെന്ന്." നമ്മള് ജനിച്ചതും വളർന്നതുമൊക്കെ പോഞ്ഞി ക്കരേലും മട്ടാഞ്ചേരീലുമൊക്കെ തൊർന്ന സ്ഥലത്തല്ലേ? പിന്നെന്തിനാ ഈ കുന്ത്രാണ്ടം? അതാ'

വണ്ടി തിരൂരെത്തിയപ്പോ അടുത്ത സീറ്റിലെ യാത്രക്കാർ- ചമ്രവട്ട ത്തുകാർ ഇറങ്ങി.

അമ്മച്ചി താമരശ്ശേരിക്കാരനു നേരെ തിരിഞ്ഞു. 'മോന് താമരശ്ശേ രീൽ എസ്റ്റേറ്റോ മറ്റോ ആണോ?"

അല്ലല്ലാ. എന്റെ വീടവിടാ. മിൽട്രീലാണ്. ലീവില് വന്നതാ. തൃപ്പൂണി ത്തറേലാ മോളും ഭർത്താവും അവിടൊന്നു പോയതാ – ചോദ്യങ്ങൾ ഒഴിവാക്കാനായിട്ടാവണം കപ്പടാ മീശ എല്ലാം ഒറ്റയടിക്കങ്ങു പറഞ്ഞു തീർത്തു.

മരിയ ജേർണൽ മടക്കിവെച്ച് എന്നോടായി ചിരിച്ചു. 'ഈ മമ്മീ എപ്പഴുമങ്ങനാ. ഒരഞ്ചു മിനിറ്റ് മിണ്ടാതിരിക്കത്തില്ല. പ്ലെയിനായാലും,

ട്രെയിനിലായാലും, നാട്ടിലായാലും വീട്ടിലായാലും, കാണുന്നോരോ ടൊക്കെ സ്വന്തക്കാരെപ്പോലെയങ്ങ് സംസാരിക്കാൻ തുടങ്ങും. തുടങ്ങി യാൽ പിന്നെ നിർത്തേത്തുമില്ല. ഇപ്പഴിപ്പോ-ഏജാവുന്നതോണ്ടാവും കുറേ കൂടുതലാ. ഇന്നതേ പറയാവൂ എന്നില്ല.'

വണ്ടി ഫറോക്കെത്തിയപ്പോ അമ്മച്ചി പറഞ്ഞു: ഞങ്ങടെ വേരൊക്കെ മട്ടാഞ്ചേരീലാരുന്നു മോനെ. പഴേ മട്ടാഞ്ചേരി. പത്തമ്പതു കൊല്ലം മുമ്പത്തെ മട്ടാഞ്ചേരി ജീവിതം. ഇന്നൊക്കെ മാറീലേ?

പ്രാഞ്ചിസും ഞാനും ആറേഴ പിള്ളാരും പണിക്കാരും ഒച്ചേം ബഹളോം പ്രാഞ്ചിസിന് വള്ളോം മീൻ കച്ചോടൊമൊക്കെയായിരു ന്നു. വല്യ പണക്കാരൊന്നുമായിരുന്നില്ലേലും എന്നും സന്തോഷത്തിലാ ഞാനും പിള്ളേരും കഴിഞ്ഞേ- ന്യൂ ഇയറും, ക്രിസ്മസും, ഈസ്റ്ററും, ചവിട്ടു നാടകോം, കാർണിവലുകളും വൈനും മീനും ബ്രാണ്ടീം, ഇറച്ചീം ഹൊ അതൊരു കാലം. ഞാനും പ്രാഞ്ചിസും ഒന്നിച്ചുകഴിഞ്ഞ പത്തു മുപ്പത്ത ഞ്ചു കൊല്ലം! പിള്ളാര് സ്കൂളിലൊക്കെ പോയിക്കഴിയുമ്പോ ചില ദിവസം ഷാപ്പിൻ പടിയാ വരുന്നെങ്കി പറമ്പിൽ കേറും മുമ്പെ വിളി തുടങ്ങും. എലീഷാ ...ഡാ എലീഷാ

കൈയിൽ രണ്ടു മൂന്നു വാഴയിലപ്പൊതിയും രണ്ട് കുപ്പികളും കാണും. ഇലപ്പൊതിയിൽ കരിമീനും കള്ളപ്പോം ആമയിറച്ചീം ഒക്കെയാവും അതും കഴിച്ച് രണ്ടു പേരും കൂടി ചവിട്ടു നാടകോ, വള്ളപ്പാട്ടോ ഒക്കെ ച്ചേർന്ന് ഒരു സദിരാ.

ഹൊ! ഓർക്കുമ്പോത്തന്നെ അതൊക്കെയൊരു കുളിരാ-

അമ്മച്ചി എന്തോ ചിന്തകളിൽ കുരുങ്ങിയതുപോലെ അങ്ങനിരുന്നു. അവരുടെ കണ്ണുകൾ നിറയുന്നുവോ?

ട്രെയിൻ നിന്നു. തലശ്ശേരി. കോച്ച് മിക്കവാറും കാലിയായി. ആകെ അഞ്ചോ ആറോ പേർ.

'ആ കഴുവേറി ഏ.സി. കുറച്ചില്ലാന്നാ തോന്നുന്നേ. തണുത്തിട്ടു വയ്യ' അമ്മച്ചി ആത്മഗതം പറഞ്ഞു.

'മരിയേ നീ ആ കുപ്പീങ്ങെടുത്തേ. ഇനി മാംഗ്ലൂരെത്തും വരെ ഈ തണുപ്പ് സഹിക്കണ്ടേ?'

മരിയ നോവൽ പുസ്തകത്തിലായിരുന്നു. അവൾ തലയുയർത്തി. അത് തീർന്നു മമ്മീ.. ഇനി വേണോ?

വേണം മരിയാ എനിക്കേ ഉള്ളാകെ എരിയും പോലെ പരോശം. പുറത്താണെങ്കീ ഒടുക്കത്തെ ഈ കുളിരും ഇവിടാരുല്ല. മോനേ ഉള്ളൂ. നീ ഒന്നൂടെ മിക്സാക്ക്, 'അമ്മച്ചി പറഞ്ഞു.

'ഞങ്ങൾ മാറിയിരിക്കണോ? മോന് സ്മെല്ല് പ്രശ്നാവൂലല്ലോ'?

'ഇല്ലില്ല എനിക്ക് വിരോധൂല്ല. അമ്മച്ചി കഴിച്ചോളൂ.' ഞാൻ പറഞ്ഞു.

മരിയ ബാഗിൽ നിന്നും ഓൾഡ് മങ്കിന്റെ ബോട്ടിലും വെള്ളവുമെടുത്ത് കോളക്കപ്പിയിലൊഴിച്ചു. മിക്സാക്കി. മരിയ പറഞ്ഞു. മമ്മിക്ക് പണ്ടേ ഉള്ള ഹാബിറ്റാ, അപ്പൻ പോയേപ്പിന്നാ കൂടിയത്. അപ്പനും ഒരു ബ്രദറും ലിവറ് പോയാ ചത്തേ. എന്നിട്ടെന്താ?'

'നാട്ടിലാരുന്നപ്പോ കള്ള് മതിയായിരുന്നു. പിന്നെ ബ്രാന്റിയായി. ഇപ്പോഴിപ്പ മാംഗ്ലൂരിൽ താമസമായേപ്പിന്നെ റമ്മേ പറ്റൂ. അതും കർണാടകത്തീക്കിട്ടുന്ന ഈ ഉരുളൻ കുപ്പീലെ' – മരിയ ചിരിച്ചു. ഒരു ലാർജ്ജ് കഴിഞ്ഞപ്പോൾ അമ്മച്ചി വീണ്ടും തുടങ്ങി. ഞങ്ങളിത്തവണ മട്ടാഞ്ചേരിപ്പോയതേ വീട് വിക്കാനാ. ഞങ്ങടെ പഴേ വീട്, വീടും പത്തിരുപത്തഞ്ച് സെന്റ് സ്ഥലോം. മൂന്ന് വശോം ടാറ് റോഡാ. മൂന്നീ ഒരു സൈഡ് കായലും. നല്ല കണ്ണായ പ്ലോട്ടായിരുന്നു. മൂത്തമോള് ഫിലോ അവിടാരുന്നു. താമസം. അവളിപ്പോ അവിടെ വിട്ട് ബങ്കോക്കില് മോന്റടുത്തേക്ക് മാറി.

'പണ്ടേ വീട് വിക്കണ്ടതാ. ഞാനും ഏഴ് മക്കളുമാ അവകാശികൾ. ഒരുത്തൻ പോയില്ലേ?' മൂന്ന് പേര് വിക്കാന്ന് പറയുമ്പം മൂന്ന് പേര് വിക്കണ്ട വില കൂടട്ടേന്നു പറയും. അവര് പിന്നെ ആട്ടേന്നു പറേമ്പം മറ്റവര് നിക്കട്ടേന്ന് പറേം... ഇപ്പഴാ എല്ലാവരും ഒന്നൊത്തത്. അപ്പഴോ? വെലേല്ല. അഞ്ചാറു കോടീന്റെ മൊതലാ. ഇപ്പൊ മൂന്നരയ്ക്കാ വിറ്റേ-ആർക്കും നഷ്ടോന്നൂല്ലല്ലോ?

എന്റെ പ്രാഞ്ചിസ് ആയ കാലത്ത് അയാടെ ചോരേം നീരും കൊടുത്തുണ്ടാക്കീതല്ലേ?

മിനിഞ്ഞാന്നാരുന്നു രജിസ്റ്റർ. ദിവസം രണ്ടു കഴിഞ്ഞില്ലേ? എനിക്കിപ്പോം അതിന്റെ ഒരു സങ്കടം മാറുന്നില്ല മോനേ..

പത്തു മുപ്പത്തഞ്ചു കൊല്ലം ! പ്രാഞ്ചിസും ഞാനും പിള്ളാരും. ഒക്കെ ബഹളം വച്ചു കഴിഞ്ഞ വീടല്ലേ?

'പഴേ വീട്ടും പുരയിടമൊക്കെ ഇല്ലാണ്ടാവുമ്പോ മക്കൾക്കൊന്നും വല്യ വിഷമോണ്ടാവില്ല. അവർക്ക് അവരുടെ ഭർത്താവും പിള്ളാരും പുതിയ നാട്ടും വീട്ടും ഫ്ളാറ്റുമൊക്കെയില്ലേ?

പിന്നെന്തിനാ ഈ പഴേ വീട്. കാശ് കിട്ടുന്നതോണ്ട് സന്തോഷൂണ്ടാവും. നഗരങ്ങളീ ഫ്ളാറ്റോ വില്ലയോ വാങ്ങിയിടാം. അല്ലെങ്കി മക്കളെ മെഡിസിനോ എഞ്ചിനീയറിങ്ങിനോ അയക്കാൻ കാശാവും- പക്ഷേ എനിക്കോ?

'പണ്ടൊക്കെ ഭാര്യമാരെ 'വീട്ടുകാരീ' ന്നാ പറയുക. എന്താ? അവർക്കേ വീടിനെ അറിയൂ. വീടിന്റെ അകോം പൊറോം ആത്മാവും ശരീരോം ജീവനും ഒക്കെ അവരാ. അവര്ടെ ചോരേം നീരുമൊള്ള കാലം മുഴുവൻ അതിനകത്തല്ലേ? പ്രണയോം, പേറും, മരണോം, സന്തോഷോം സങ്കടോം ഒക്കെ അവിടല്ലേ? അത് എന്നന്നേക്കുമായി ഇല്ലാണ്ടാവുമ്പോള്ള ഒര് നീറ്റല് അത് അവർക്കേ അറിയൂ മോനേ-'

'അറുന്നൂറ്റാണ്ടു മുമ്പത്തെ മട്ടാഞ്ചേരി, കൊച്ചി, പോഞ്ഞിക്കര, ഗോതുരുത്ത്, ബോട്ടുകള്, കപ്പലുകള്, വിദേശികള്, ഇടയ്ക്കൊക്കെ പ്രാഞ്ചിക്കൊപ്പം വന്ന കയറുന്ന കപ്പൽ ജോലിക്കാർ- രാവു മുഴുക്കെ നീളുന്ന സദ്യകള്, പാട്ടുകള്, പാർട്ടികള്...ഹൊ! എല്ലാം എങ്ങനെ മറക്കാനാ മോനേ, വീട് പോയതോടെ എല്ലാം പോയി മോനേ അമ്മച്ചിയുടെ സ്വരം ഒരു തേങ്ങലുപോലെ വിങ്ങി. അവർ വീണ്ടും കോളക്കുപ്പി വായിലേക്ക് കമഴ്ത്തി.

വണ്ടി എന്റെ സ്റ്റേഷനിലെത്താറാവുന്നു. ഞാൻ ബാഗുമായെണീറ്റു. മരിയ കൈ നീട്ടി ഷേക്ക് ഹാന്റ് തന്നു. 'ഇത്രേം നേരം മമ്മിയെ ടോളറേറ്റ് ചെയ്തേന് മെനി മെനി താങ്ക്സ്.

മരിയ പറഞ്ഞു..

'ഓ നെവർ മൈൻഡ്' ഞാൻ ചിരിച്ചു.

'മാംഗ്ലൂർ വരുമ്പൊ എന്നെ വിളിക്കൂ. 'ഹമ്പങ്കട്ടേൽ' വാ. നിക്കോളാസിനേം പരിചയപ്പെടാം മരിയ ഒരു വിസിറ്റിംഗ് കാർഡ് നീട്ടി.

‘കാഞ്ഞങ്ങാടായി – ഇറങ്ങുകാന്ന്’ പറഞ്ഞപ്പോൾ എലീഷാ അമ്മച്ചി എന്റെ കൈകളിൽ ഇറുക്കിപ്പിടിച്ചു. ‘മിനിഞ്ഞാന്നോടെ എന്റെ എല്ലാം പോയി മോനെ പോയി. എന്റെ പ്രാഞ്ചിസ്, എന്റെ വീട്, എന്റെ എന്റെയെല്ലാം.

അമ്മച്ചി കെട്ടിപ്പിടിച്ച് തേങ്ങി.

നട്ടെല്ലികളുടെ ജീവിതം

ഒരു പക്ഷേ പിറകിൽ പ്രസാധകലോബികളുടെ ലാഭേച്ഛയും വ്യാപാരകൗശലങ്ങളും കൂട്ടിനുണ്ടാകാമെങ്കിലും പ്രധാനമായും നമ്മുടെ രക്തത്തിൽ തന്നെ അലിഞ്ഞുചേർന്ന അന്ധമായ വിദേശഭ്രമവും അതിന്റെ ഉപോല്പന്നമായ പ്രാദേശികതകളോടുള്ള പുച്ഛവും കാരണമാകണം 'വർത്തമാന കാല മലയാള സാഹിത്യം' 'വൈദേശികതയുടെ ഒരുതരം ധൃതരാഷ്ട്രാലിംഗനത്തിലമർന്നു കിടക്കുകയാണ്. ഈ പരിതോവസ്ഥയെക്കുറിച്ച് പ്രഗൽഭ നിരൂപകനായ എം.എം. ബഷീർ, ബാലചന്ദ്രൻ വടക്കേടത്ത് എന്നിവർ നിരീക്ഷിക്കുകയുണ്ടായി.

കനപ്പെട്ട കഥകളും കഥാപാത്രങ്ങളും ജീവിതാവസ്ഥകളും ചിത്രീകരണ വൈഭവവുമുൾച്ചേർന്നവയായിട്ടും കേരളം പശ്ചാത്തലഭൂമികയായതുകൊണ്ടുമാത്രം മികവുറ്റ പല നോവൽ രചനകളും വെള്ളിവെളിച്ചത്തിലെത്താതെ മാർജിനലൈസ് ചെയ്യപ്പെട്ടു. ഇ. സന്തോഷ്കുമാറിന്റെ 'അന്ധകാരനഴി', എൻ, പ്രഭാകരന്റെ 'മലയാളി ഭ്രാന്തന്റെ ഡയറി' ഷെമിയുടെ 'നടവവിയിലെ നേരുകൾ' വിനോയ് തോമസിന്റെ 'കരിക്കോട്ടക്കരി' സുബൈദയുടെ 'നഗ്നശരീരം' റഫീക്ക് അഹമ്മദിന്റെ 'അഴുക്കില്ലം' സാറാജോസഫിന്റെ 'ആളോഹരി ആനന്ദം' തുടങ്ങിയ നോവലുകൾ ഉദാഹരണങ്ങളാണ്. കൂട്ടത്തിൽ സുഭാഷ് ചന്ദ്രന്റെ 'മനുഷ്യനൊരാമുഖം' മാത്രം അശനിപാതത്തിൽ അകപ്പെടാതെ രക്ഷപ്പെട്ടു.

മറുഭാഗമോ? അകേരളീയ ജീവിത ചിത്രണങ്ങളായ ആടുജീവിതം. ആണ്ടാൾ ദേവനായകി, ആരാച്ചാർ എന്നിവ അർഹതയ്ക്കപ്പുറവും

ആഘോഷിക്കപ്പെട്ടു. പൗലോ കൊയ്‌ലോ, ഓർഹൻ പാമുക്ക്, യോസ, എന്നീ ലാറ്റനമേരിക്കൻ/ പാശ്ചാത്യ എഴുത്തുകാരുടെ (അവരിൽ മിക്കവരും മികച്ച രചനകൾ നടത്തിയ പ്രഗൽഭർ തന്നെ യെങ്കിലും) ബാല്യകാലകൈത്തെറ്റുകളായ 'വാസനാവികൃതികൾ' വരെ നിരൂപകരും മാധ്യമങ്ങളും, പ്രസാധകരും, കുഴലൂത്തുകാരും, ചേർന്ന് പാടിപ്പുകഴ്ത്തുകയും കൊട്ടിഘോഷിക്കുകയും ചെയ്തു. അവയുടെയൊക്കെ പതിനായിരകണക്കിനു കോപ്പികൾ ചൂടപ്പം പോലെ വിറ്റഴിക്കപ്പെട്ടു.

ആലാഹയുടെ പെൺമക്കളടക്കം അനേകം നോവലുകളുടെയും കഥകളുടെയും കർത്താവായ സാറാജോസഫിന്റെ ഏറ്റവും പുതിയ നോവലാണ് 'ആളോഹരി ആനന്ദം' അവരുടെ ഇതരകൃതികളെയെ ല്ലാം – അലാഹയുടെ പെൺമക്കളെപ്പോലും അവഗണിച്ചാലും വായന ക്കാരുടെ ഹാർദ്ദപരിഗണന നൽകേണ്ടൊരു മനോഹര രചനയാണ്. 'ആളോഹരി ആനന്ദം' എന്ന് നെഞ്ചിൽ കൈവച്ച് പറയാം.

പ്രണയം, വിവാഹം, ദാമ്പത്യം, വാർദ്ധക്യം എന്നിവയിലൂടെ ക്രമാ നുഗതം കടന്നുപോകുന്ന മർത്ത്യജീവിതകഥ തന്നെയെങ്കിലും പുരുഷ ജീവിതകഥകളിലല്ല സാറാജോസഫിനു താത്പര്യം. സ്ത്രീ ജിവിത വ്യഥ കളിലാണ്. അവരുടെ ഖേദങ്ങളിലും മോഹങ്ങളിലും ഉള്ളുലയുന്ന അഭി ലാഷങ്ങളിലുമാണ്. സ്ത്രീ ശരീരങ്ങളെയല്ല; മറിച്ച് ഹൃദയങ്ങളെയാണ് അവർ തൊട്ടെഴുതുന്നത്. അവരുടെ സ്ത്രീകഥാപാത്രങ്ങൾ ആദാമിന്റെ ഊരിയെടുക്കപ്പെട്ട ഏഴാമത്തെ വാരിയെല്ലുകളല്ല. തന്നിലേ നിലനിൽ പ്പുള്ള 'നട്ടെല്ല്'കളാണ്. ഒരർത്ഥത്തിൽ പട്ടുത്തുവിളയുടെ വരി കടമെടു ത്തു പറഞ്ഞാൽ - സാറാജോസഫിന്റെ 'ആളോഹരി ആനന്ദം' എന്ന നോവൽ 'നട്ടെല്ലികളുടെ ജീവിത' മാണ്.

ലഘുവായിപ്പറഞ്ഞാൽ കോളേജ് പ്രൊഫസറായ തേരേസയുടെ ഭർത്താവും ഭൂമിവാതുക്കലെ കൃഷിക്കാരനും, പൊതുക്കാര്യ തൽപരനു മായ പോളിന്റെയും ബാങ്കുമാനേജരായ ചെറിയാന്റെ ഭാര്യ അനുമോ ളുടെയും പ്രണയകഥയും വ്യഥയുമാണ് സാറാജോസഫിന്റെ നോവൽ. ഗുരുവായിപ്പറഞ്ഞാൽ അറുപതിലധികം കഥാപാത്രങ്ങളുടേയും ചവിട്ടിയരയ്ക്കപ്പെട്ട സ്നേഹങ്ങളുടെയും പ്രണയരോദനങ്ങളുടെയും ഒരു ബൃഹദാഖ്യാനമാണ് 'ആളോഹരി ആനന്ദം'

പോളും അനുവും നായകനും നായികയും തെരേസയും ചെറിയാനും വില്ലത്തിയും വില്ലനും –ഈ നാലുനെടും തൂണുകളിൽ പണിതുയർത്തിയ

ഒരെട്ടുകെട്ടു കൊട്ടാരമാണ് 'ആളോഹരി ആനന്ദം' കഥാപാത്രങ്ങളുടെ മോഹങ്ങളെയും ഖേദങ്ങളെയും അവരുടെ ഉള്ളുലയ്ക്കും വിധമുള്ള മനഃസംഘർഷങ്ങളെയുമൊക്കെ തന്റെ കാവ്യമായ വാഴത്തുകളിലൂടെ ഏതെഴുത്തുകാരനേയും കൊതിപ്പിക്കും വിധമാണ് സാറാ ജോസഫ് വരച്ചുവെച്ചിരിക്കുന്നത്.

അനു- ചെറിയാൻ ദാമ്പത്യത്തെ എഴുതിയിരിക്കുന്നത് നോക്കൂ; രാത്രി ചില പിടിവലികൾക്കുശേഷം തലയിണയ്ക്ക് സമാന്തരമായി വലതുകൈ നീട്ടിവെച്ച് അവൾ ചെറിയാന്റെ കൂടെ കിടന്നു. മുഖം വലത്തോട്ട് ചരിച്ച് ചോരകക്കിയ തന്റെ വിരലുകളിലേക്ക് നോക്കിക്കൊണ്ട് അയാൾക്ക് അരിശം വന്നു. അയാളവളിൽ എന്തോ ചെയ്തു. പിന്നെ അയാളുറങ്ങി. അനു ചുരുക്കുകളുള്ള നീല നിശാവസ്ത്രം ചുരുട്ടിപ്പിടിച്ചുകൊണ്ട് നിശ്ശബ്ദയായി പതുക്കെ ടോയ് ലറ്റിലേക്ക് പോയിരിക്കണം. അവൾ തണുത്ത വെള്ളത്തിൽ കുളിച്ചിട്ടുണ്ടാവണം. ഏറെ നേരം ഷവറിന്റെ ശബ്ദം. അവളുടെ കരച്ചിലിന്റേതാകാൻ വഴിയില്ല. കേട്ടുകൊണ്ടിരുന്നു. (p.18)

പോളും തെരേസയും " സഹോദരങ്ങളെല്ലാം ഡോക്ടറും എഞ്ചിനീയറുമാവാൻ മുതിർന്നപ്പോൾ, കൂട്ടത്തിൽ ഏറ്റവും മാർക്കുണ്ടായിരുന്ന പോൾ കൃഷി പഠിക്കാൻ പോയി. അയാൾ കൃഷിക്കാരന്റെയും പ്രകൃതിസ്നേഹിയുടെയും കുപ്പായമിട്ടു. പത്തു രൂപ കൊടുത്താൽ ഏതു മാർക്കറ്റിൽ നിന്നും വാങ്ങാൻ കിട്ടുന്ന സാധനങ്ങൾ അതിനു വേണ്ടി എത്രമാത്രം അധ്വാനം, എത്രമാത്രം സമയം, എത്ര മാത്രം പണം വെറുതെ കളയുന്ന പോൾ? പുഴ കടിച്ച രണ്ടു വെണ്ടയുണ്ടാക്കാൻ വേണ്ടി നിങ്ങൾ പഠിപ്പുപേക്ഷിച്ച് സർക്കാർ ജോലിക്ക് അപേക്ഷിക്കുകയില്ലെന്ന് വാശിപിടിച്ചു. ആർക്ക് എന്തു നേട്ടത്തിന്? ഇത്തരം തല തിരിഞ്ഞ ഏർപ്പാടുകൾ നിങ്ങളുടെ ജീവിതത്തിലൂട നീളമുണ്ട്. ആരാണ് ശരിയെന്ന് പോളിന് കൃത്യമായിട്ടറിഞ്ഞുകൂടാ ചിലപ്പോൾ തേരേസയാകാം. ശരി, "നിന്നെ കല്യാണം കഴിച്ചതുൾപ്പെടെ ഒരു പാട് തലതിരിഞ്ഞ ഏർപ്പാടുകൾ എന്റെ ജീവിതത്തിലുണ്ടായിട്ടുണ്ടെന്ന്" പോൾ നിസ്സംഗമായി പ്രസ്താവിക്കുന്നതോടെ തെരേസ നിശ്ശബ്ദയാവും.

തെരേസ പ്രേമിക്കുന്നതും കാമിക്കുന്നതും പോളിനെയല്ല. പ്രൊഫസർ തെരേസയും തന്റെ കീഴിലെ ഗവേഷക വിദ്യാർത്ഥിനിയായ രേഷ്മയും തമ്മിലുള്ള സ്വവർഗ ബന്ധത്തെക്കുറിച്ച് സാറാ ജോസഫിന്റെ വാക്കുകൾ. പരസ്പരം പ്രണയിക്കുന്ന സ്ത്രീകൾ. അവർ

അങ്ങനെയാണെങ്കിൽ അങ്ങനെത്തന്നെയായിരിക്കട്ടെ. അതാണവരെ ആനന്ദിപ്പിക്കുന്നതെങ്കിൽ അതാണവർക്ക് സുന്ദരമാക്കാൻ കഴിയുന്ന തെങ്കിൽ അതവർ ചെയ്യട്ടെ. രണ്ട് സ്ത്രീകൾ തമ്മിലുള്ള പ്രണയം കൂടുതൽ സത്യസന്ധമാണെങ്കിൽ അങ്ങനെയവർ പറഞ്ഞാൽ അതു ശരിയല്ലെ ന്നു വാദിക്കാൻ നമുക്കെന്തവകാശം. അവരുടെ ആനന്ദത്തിന്റെ അളവ് നമ്മളെങ്ങനെ കണക്കാക്കും? അവരെ അവരുടെ പാട്ടിന് വിടുക (p.40)

വിവാഹം ദാമ്പത്യം : എമ്മയുടെ പ്രായത്തിൽ (റിട്ടയേർഡ് ഹെഡ്മി സ്ട്രസ്സ്) എന്നല്ല ഒരു പ്രായത്തിലും വിവാഹം വേണ്ട എന്നാണ് പുതിയ തലമുറയിലെ കുട്ടികൾ പറയുന്നത്. അവർക്കെന്തു പറ്റി? അവരെന്തു കൊണ്ട് കുടുംബജീവിതം ഇഷ്ടപ്പെടുന്നില്ല? ഇഷ്ടക്കേടിന്റെ പ്രശ്നമില്ലെ ന്നവർ പറയുന്നു. വെറുതെ എന്തിനു ജീവിതം നാശമാക്കുന്നു എന്നാണ് ആണും പെണ്ണും ചോദിക്കുന്നത്. വിവാഹത്തോടെ ജീവിതത്തിലെ സ്വന്തം സന്തോഷങ്ങളെല്ലാം അസ്തമിക്കും എന്നാണവർ വിശ്വസിക്കു ന്നത്... ഹിപ്പോക്രസി, മാതൃക ദാമ്പത്യമെന്ന നാട്യം. ജീവിതം ജീവിക്കാ നുള്ളതാണ്. (p.100) വിവാഹം ഒരു വാതിലടയ്ക്കലാണ്. മരണം വന്നു തുറക്കുന്നതുവരെ നിങ്ങൾ അതിനകത്തായിരിക്കണം. ബലപ്പെട്ടു തുറന്ന് പുറത്ത് ചാടുന്നവരുണ്ട്. മുഖം നിറയെ വെട്ടും തിരുത്തും പറ്റിയവർ. ഹൃദയം ചതഞ്ഞവർ. എന്നിട്ടും ജീവിതാശ കൊണ്ട് നീറുന്നവർ (P. 105)

അവളുടെ- ഫെമിയുടെ അഭിപ്രായം പോലും തിരക്കാതെയാണോ ബോംബെയിൽ കൊണ്ടുപോയി അവളുടെ കല്ല്യാണം നടത്തുന്നത്? വേണ്ട. എന്താ നിങ്ങളുടെയൊക്കെ വിചാരം? നിങ്ങൾ ചൂണ്ടിക്കാട്ടുന്നവ ന്റെ കൂടെ പെണ്ണുങ്ങൾ സുഖമായിട്ട് ജീവിച്ചോളും എന്നോ? ഭാരമൊഴിച്ചു വിട്ടാൽ മതി. ജീവിക്കുന്നതെങ്ങനെ എന്നൊന്നും ഒരച്ഛനും ആങ്ങളയ്ക്കും അറിയണ്ട... ആ പെണ്ണിന്റെ ജീവിതം വെറുതെ നശിപ്പിക്കാതെ.... (തെരേസ)

എന്തിന് പെണ്ണുങ്ങളുടെ ജീവിതത്തിലിങ്ങനെ ഇടപെടുന്നു? എന്തിന വരുടെ സന്തോഷങ്ങളെ തല്ലിക്കെടുത്തുന്നു? അപ്പനും ആങ്ങളമാർക്കും ഇട്ടു തട്ടിക്കളിക്കാൻ പന്തും പാവയുമൊന്നുമല്ല പെൺമക്കൾ. ധൈര്യ മുണ്ടെങ്കിൽ അവരെ വെറുതെ വിടൂ. ഒറ്റയ്ക്കു കാര്യങ്ങൾ തീരുമാനിക്കാൻ അനുവദിക്കൂ. അവർ ഭംഗിയായി ജീവിക്കും. സന്തോഷിക്കും. സ്നേഹി ക്കുകയും ചെയ്യും. നിങ്ങൾ പറയുന്ന വഴി മാത്രമല്ലശരി. ജീവിക്കാനും ആനന്ദിക്കാനും അനേകം വഴികളുണ്ട്. (തെരേസ)

ഒരു വ്യവസ്ഥയ്ക്കകത്തേക്ക് ആളുകളെ കുത്തിത്തിരുകിയതിന് ശേഷം ഭദ്രമായി ജീവിച്ചു കൊള്ളണമെന്ന് സമൂഹം കൽപ്പിക്കുന്നു. ഉള്ളിലെ ഞെരുക്കങ്ങളും പൊട്ടിത്തെറികളും അവഗണിക്കുന്നു. അതൃപ്തികൾ സഹിച്ചുകൊള്ളണമെന്ന് കൽപ്പിക്കുന്നു. പ്രണയവരൾച്ചകളെ അവഗണിക്കുന്നു. ചിലർക്ക് അത് ലൈംഗികജീവിതത്തിനുള്ള ലൈസൻസ് മാത്രമാണ്. പക്ഷെ മറ്റു ചിലർക്ക് അതൊരു ആത്മാന്വേഷണമാണ്.

എന്റെ മകന് ആദ്യത്തെ പ്രേമലേഖനം കിട്ടിക്കാണുമോ? അവന്റെ അമ്മ വേവലാതിപ്പെടുന്നു. പെൺകുട്ടിയുടെ പ്രണയം ഒരു സമുദ്രമാണെങ്കിൽ ഒരു സമുദ്രസഞ്ചാരിയാകാൻ എന്റെ മകനു കഴിയില്ലേ? അതൊരു പർവ്വതമാണെങ്കിൽ പർവ്വതാരോഹകനാകാൻ അവനു കഴിയില്ലേ? അതോ തന്നെപ്പോലെ തൊട്ടുകിടക്കുന്ന രണ്ടാളുകൾക്കിടയിൽ നെടു നീളത്തിൽ ഒരു വിള്ളൽ അതാകുമോ അവന്റെ വിധി? (അനുമോൾ)

കവിതയുടെ കടൽ : സാറാജോസഫെന്ന നോവലിസ്റ്റ് തുടക്കക്കാലം മുതലേ അടിമുടി ഒരു കവയിത്രിയാണ്. വരികളിലും വാക്കുകളിലും മാത്രമല്ല ആളോഹരി ആനന്ദത്തിലെ ചില മുഴു അധ്യായങ്ങൾ പോലും കവിതയാണ്. എഴുത്തുകാരി ഇപ്പോൾ ഓർക്കുന്നുണ്ടോ എന്നറിയില്ല അറുപതുകളുടെ അവസാനം സാഹിത്യപരിഷത്ത് നടത്തിയ കവിതാമത്സരത്തിൽ സംസ്ഥാനത്ത് ഒന്നാം സ്ഥാനം അവർക്കായിരുന്നു.

മധുരനാരങ്ങകൾ പേരക്കകളെപ്പോലെ പെരുമാറി. മുന്തിരികൾ ആപ്പിളുകൾപോലെയും. തള്ളവിരൽ വിങ്ങി വേദനിച്ചു കൊണ്ടിരുന്നു. മഞ്ഞുകാലം എപ്പോഴാണ് കടന്നു വരിക? തുടങ്ങി എത്രയെത്ര വരികൾ?

പ്രണയ മഴ : ഒരർത്ഥത്തിൽ യുവതികളും യുവാക്കളും സ്നേഹം കൊതിക്കുന്ന മുഴുവൻ യുവതയും നിശ്ചയമായും വായിച്ചിരിക്കേണ്ടതും നെഞ്ചേറ്റേണ്ടതുമായ പ്രണയബൈബിളാണ് ആളോഹരി ആനന്ദം എന്ന നോവൽ. നോവലിലെ ഭാഗങ്ങൾ ഇതു സാക്ഷ്യപ്പെടുത്തും.

"അയാളെ അത്ഭുതപ്പെടുത്തിക്കൊണ്ട് തിരശ്ശീലയ്ക്കപ്പുറത്തുനിന്നെന്നോണം അനുവിന്റെ കണ്ണുകൾ അയാളെത്തേടുന്നത് അയാളറിഞ്ഞു."

അയാളെങ്ങോട്ടു തിരിഞ്ഞാലും വളഞ്ഞൊഴുകുന്നൊരു പ്രകാശനദിപോലെ അവളുടെ നോട്ടം അയാളെത്തേടിയെത്തിക്കൊണ്ടിരുന്നു.

അതിൽ മുങ്ങി മരിക്കുകയല്ലാതെ അയാൾക്ക് ഗതിയില്ലെന്നായി. ചിലപ്പോൾ ഒരു കാറ്റ് വന്ന് എടുത്തുയർത്തിക്കൊണ്ടുപോകും പോലെ അയാളുടെ നില തെറ്റിച്ചു. വേനൽ മഴയായി പെയ്ത് വീണ് അയാളെ നൃത്തം ചെയ്യിച്ചു. ചിലപ്പോൾ കനലായി നെഞ്ചെരിയിച്ചു.

'എടുക്കാത്ത നാണയം പോലെ കൈമാറ്റം ചെയ്യപ്പോടാത്ത ചുംബനങ്ങളുടെ ഭാരം നിങ്ങൾ ചുമക്കുന്നു. നിങ്ങളുടെ ഹൃദയരഹസ്യമാണത്. നിങ്ങൾ തളർന്നു.'

"മഞ്ഞ വെയിൽ നിശ്ശേഷം തുടച്ചു നീക്കപ്പെട്ടു. ഇരുട്ടു വെളിച്ചത്തെ വിഴുങ്ങി എന്ന് എല്ലാവരും പറയും വിഷാദിക്കും. പക്ഷേ വെളിച്ചം ഇരുട്ടിനെ വിഴുങ്ങുന്നത് ആരും രേഖപ്പെടുത്തുന്നില്ല."

'എന്റെ ജീവൻ എനിക്കു വെറുപ്പായി തോന്നുന്നു. അതിനപ്പുറം എന്റേതായിരുന്നില്ല. എനിക്ക് പൊള്ളലേറ്റു. ഞാനൊരു കടന്നുകയറ്റക്കാരിയോ, കവർച്ചക്കാരിയോ അല്ല. എന്റെ ഹൃദയത്തിലൊരു ഉഷ്ണക്കാറ്റ് വീശിക്കൊണ്ടിരുന്നു. അതെന്റെ ചുണ്ടുകളെ ഉണങ്ങിയ വിത്തുകൾ പോലെയാക്കി. സ്നിഗ്ദതകളെയെല്ലാം വരൾച്ചകളാക്കി. എന്റെ ദാഹം കഠിനമാണ്.

"ഞാൻ നടക്കുമ്പോൾ അത് കൂടെ നടക്കുന്നു. നിൽക്കുമ്പോൾ നിൽക്കുന്നു, എന്റെ കൂടെ കിടക്കുന്നു. എന്റെ അവയവങ്ങളെ ഞെരുക്കുന്നു. ഉടലാഴങ്ങളെ അളക്കുന്നു..."

പ്രണയ നഷ്ടമാകട്ടെ ഉള്ളുലയ്ക്കുമ്പോഴും അത് മധുരം ചുരത്തിക്കൊണ്ടിരിക്കും. പ്രണയവും കവിതയും വയലുകൾക്ക് അവകാശപ്പെട്ടതാണ്. ഹൃദയത്തിൽ ഒരു നീർച്ചാലു കീറുക. വയൽപൂക്കളും ധാന്യമണികളും പകൽവെയിലും രാത്രിയിൽ നിലാവും അവയ്ക്കുമേൽ ചൊരിയപ്പെടുന്നു...

'അവളുടെ ഉടൽ ത്രസിക്കുകയും ഹൃദയമിടിപ്പുകൾ പെരുകുകയും ചെയ്തു. അയാളവളുടെ പേരെടുത്ത് വിളിച്ചിരുന്നു. പ്രണയത്തിൽ മാത്രം സാധ്യമാവുന്ന മധുരമായ ഒരീണത്തിൽ. അയാളുടെ ശബ്ദം കെട്ടുപൊട്ടിയ ഒരു കൊടുങ്കാറ്റുപോലെ അവളുടെ ഉള്ളിൽ ചുറ്റിത്തിരിയുന്നു. അവളുടെ ശൂന്യതകളിലെല്ലാം പരിമളവായുപോലെ അയാൾ നിറഞ്ഞു വിങ്ങിക്കൊണ്ടിരുന്നു. 'എന്റെ ആത്മാവിന്റെ കൂട്ടുകാരാ, നടക്കുന്ന ഓരോ അടിയിലും അവളങ്ങനെ തേങ്ങിക്കൊണ്ടിരുന്നു. താൻ

പുറത്തേക്കു തുള്ളിതുളുമ്പുമെന്നവൾ ഭയന്നു. അങ്ങനെ ആ രഹസ്യം വെളിപ്പെട്ടുപോകുമെന്നും ആനന്ദത്തിന്റെ ഒരു വലിയ ചുമട് ഏറ്റാനും ഇറക്കാനുമാകാതെ അവൾ കുഴഞ്ഞു.

അവൾ വ്യസനത്തോടെ ചിരിച്ചു. ഞാൻ കൊയ്യാൻ വന്നതാണ്. ഒരു പിടിയെങ്കിൽ ഒരു പിടി. എന്നെ അനുവദിക്കണം അനു പറഞ്ഞു.

പകൽ മുഴുവൻ അവളെ ആശിക്കുന്നു. രാത്രി ഹൃദയ ഭാരത്തോടെ അവളുടെ പ്രണയ പുസ്തകങ്ങളിലേക്ക് തിരിയുന്നു. ചിലപ്പോൾ അതിലൊരു കടലിരമ്പി. ചിലപ്പോളൊരു മരം പൂത്തു. ഒരു മുല്ലപ്പൂ വസന്തം മണത്തു ഒരു കുടം കയ്പ്പ് കുടിച്ചു. ഒരു പർവ്വതശിഖരം കയറി. ഒരു വൻകര കണ്ടു പകച്ചു. ആഴവും കടലുമായി ഒരുവൾ.

കണ്ണീരിന്റെ ചരടിനാൽ അവർ പരസ്പരം കെട്ടി വരിഞ്ഞു. ഗാഢമായി. ഗാഢഗാഢമായി! രണ്ടു നെഞ്ചിടിപ്പുകൾ പരസ്പരം കലർന്നു. രണ്ടുടലുകൾ പൊള്ളുന്ന വേദന പങ്കിട്ടു. രണ്ടു കണ്ണീർ നദികൾ വെറുപ്പുകളെ അലിയിച്ചുകളഞ്ഞു. അവർ സ്നാനപ്പെട്ടു(p. 219)

ഓടി വന്നത് അവളാണ്. കൈവിടർത്തിയത് അവളാണ്. കാറ്റുപോലെ അലച്ചുവീണതും മഴപോലെ പൊയ്തൊഴിഞ്ഞതും അവളാണ്. അതവളുടെ ആനന്ദമായിരുന്നു.

വെന്തകാലുകളോടെ ജീവിതം നടന്നു തീർത്തവൾ. ശമിക്കാത്ത മുറിവിന്റെ വേദനകൊണ്ട് അവളതിനു പേരിട്ടു. ഒരു നുള്ള് കിട്ടാമധുരത്തിനുവേണ്ടി ഒരു സമുദ്രം ഉപ്പ് അവൾ കുടിച്ചു വറ്റിച്ചു.

ഒരു തണുത്ത തടാകം പോലെ പോൾ നിന്നു. അവൾ അതിലേക്കിറങ്ങി. ആണ്ടുമുങ്ങി. അകവും പുറവും കഴുകി. കത്തുന്ന തെരുവിലൂടെ ഓടി വന്നാണ് അവൾ വീണത്. ഭൂതി വാതുക്കൽ(P.226)

ഒരുപക്ഷേ മരണത്തിനു തൊട്ടുമുമ്പത്തെ നിമിഷമായാലും ശരി പ്രണയത്തിന്റെ സാക്ഷാത്ക്കാരത്തിലേക്കായി ഒരാൾ ജീവിതം ത്യജിക്കുന്ന പ്രേമഗാഥയാണ് സാറാ ജോസഫിന്റെ 'ആളോഹരി ആനന്ദം' വാക്കുകളാൽ ഈ കൃതിയെ എഴുതുക വയ്യ. അതിനാലാണ് ഉദ്ധരണികളുടെ ഈ ഘോഷയാത്ര. അവ വായനക്കാരോട് സ്വയം സംസാരിക്കും.

നിർത്ത്.... നിർത്ത്... നിർത്ത്.... മറ്റു പൂച്ചെടികൾ ചെന്നു തിന്നാൻ കൊറ്റനാടുകൾക്ക് മോഹമുണ്ടെന്ന് കവി പറഞ്ഞിട്ടുണ്ട്. അതേ മോഹം കൊറ്റിയാടുകൾക്കും കാണും. കൊറ്റിയാടുകൾ സ്വയം പരിശോധിച്ചു നോക്കട്ടെ. ധൈര്യമുണ്ടെങ്കിൽ ഉറക്കെ പ്രസ്താവിക്കട്ടെ. എന്ന പ്രസ്താവനയോടെ സാറാജോസഫ് തന്റെ പ്രണയോപനിഷത്ത് അവസാനിപ്പിക്കുന്നു.

മരണത്തോടെ മരിക്കുമോ എഴുത്തുകാർ?

ഓരോരോ മേഖലകളിൽ മഹത്തരമോ മഹത്തമമോ ആയ പ്രവർത്തനം നടത്തിയ മനുഷ്യരെ- അവരുടെയൊക്കെ ജീവിതത്തെ മരണം എത്ര പെട്ടെന്നാണ് മായ്ച്ച കളയുന്നത്? വലിയ വലിയ എഴുത്തുകാർ, നടൻമാർ, ചിത്രകാരൻമാർ, സംഗീതജ്ഞർ, കാലയവനികയ്ക്കപ്പുറം മാഞ്ഞു കഴിഞ്ഞാൽ സമൂഹവും ചരിത്രവുമൊക്കെ എത്രവേഗമാണ് അവരെയെല്ലാം മറന്നു കളയുന്നത്? ജീവിതകാലത്ത് അവരെ തൊട്ടുഴിഞ്ഞും തോളിലേറ്റിയും കൊണ്ടുനടന്നിരുന്നവരാകെ പൊടുന്നനെ അവരെയങ്ങു വിസ്മരിക്കുന്നു! പാശ്ചാത്യ നാടുകളിൽ മിക്കയിടങ്ങളിലും ഭരണാധികാരികളാലോ സംഘടനകളാലോ ആരാധകരായിരുന്ന വ്യക്തികളാലോ അവിടങ്ങളിലെ മഹാൻമാരായ എഴുത്തുകാരെയും ഇതര കലാകാരൻമാരെയും അവരുടെയൊക്കെ രചനകളെയും ഓർമ്മകളെയും വരും കാലത്തിനുവേണ്ടി നിലനിർത്താനുള്ള സംവിധാനങ്ങളുണ്ടാക്കപ്പെടാറുണ്ട്. ഷേക്സ്പിയറും കീറ്റ്സും ഷെല്ലിയും മാർക്കേസും, ബിഥോവനും, വാൻഗോഗും എന്തിനധികം വെറുമൊരു കുറ്റാന്വേഷണ കഥാകാരൻ മാത്രമായ സർ ആർതർ കേനൽഡോയിൽ പോലും (ഷെർലക് ഹോംസ് കഥകൾ) അവരുടെ ജന്മനാടുകളിൽ സ്മാരകങ്ങളാലും മ്യൂസിയങ്ങളാലും കലാശാലകളാലും ഇന്നും സജീവതയോടെ ഓർമ്മിക്കപ്പെടുന്നു. നമ്മുടെയിവിടെയോ ? അവാർഡുകളുടേയോ പ്രതിമകളുടേയോ അപൂർവ്വം ചില പ്രസാധകരുടെ പുസ്തകങ്ങളുടെ പുനപ്രസിദ്ധീകരണ (കച്ചവട) താത്പര്യങ്ങൾ

കൊണ്ടോ ചില എഴുത്തുകാർ ഇപ്പോഴും ഓർമ്മിക്കപ്പെടുന്നുണ്ട് എന്നത് സത്യമാണ്. കുമാരനാശാൻ, വള്ളത്തോൾ, പൊറ്റക്കാട്, ബഷീർ, വയലാർ, മുട്ടത്തുവർക്കി തുടങ്ങിയവർ. അവരെയൊന്നും നിസ്സാരവൽക്കരിക്കുകയല്ല. മറ്റു പലരേയും കുറിച്ചോർക്കുമ്പോൾ കേരളീയ സാംസ്കാരിക പൊതു സമൂഹം കാണിക്കുന്ന കൃതഘ്നതയോർക്കുമ്പോൾ വല്ലാതെ വേദന തോന്നുന്നു.

കെ. സുരേന്ദ്രൻ

ഒരു കാലം ബൃഹത്തും ഹൃദയസ്പർശിയുമായ അനേകം നോവലുകൾ രചിച്ചൊരെഴുത്തുകാരനാണ് കെ. സുരേന്ദ്രൻ. ഒന്നിനും കൊള്ളാത്തത് എന്നോ, ചവറ് എന്നോ പറയാവുന്നതായി ഒറ്റപ്പുസ്തകം പോലുമില്ല അദ്ദേഹത്തിന്റേതായി. കാട്ടുകുരങ്ങ്, മായ, താളം, പതാക, തുടങ്ങിയ നോവലുകൾ. നോവൽ സ്വരൂപം, ഡോസ്റ്റോവ്സ്കി, തുടങ്ങിയ ഇതര കൃതികൾ... ഇരുന്നൂറും മൂന്നൂറും അച്ചടി പേജുകളുള്ളവയായിരുന്നു ഏറെയും. ഡോസ്റ്റോവ്സ്കിയെക്കുറിച്ച് ഏറെ പുസ്തകങ്ങൾ മലയാളത്തിലുണ്ടായിട്ടുണ്ടെങ്കിലും ആ എഴുത്തുകാരന്റെ ആത്മാവിനെ പറിച്ചെടുത്തെഴുതിയ കൃതിയായിരുന്നു കെ. സുരേന്ദ്രന്റേത്. മുന്നൂറ് പേജുള്ള ഒരു നോവൽ അല്ലെങ്കിൽ മറ്റു പുസ്തകമെന്നു പറയുമ്പോൾ റഫ് ഫെയറുമായി ആയിരമോ രണ്ടായിരമോ ഫുൾസ്കാപ്പ് പേജുകളാവില്ലേ വിരലുകൾക്കിടയിൽ മഷിപ്പേനയും തിരുകി എഴുത്തുകാരൻ എഴുതി നിറച്ചിട്ടുണ്ടാവുക. നിദ്രാവിഹീനങ്ങളായ എത്രയോ രാത്രികൾ, പകലുകൾ... തന്റെ ശരീരത്തിന്റെയും മനസ്സിന്റെയും എത്രയധികം കലോറി ഊർജ്ജമാണ് അയാൾ തന്റെ ഒരു കൃതിക്കായി കത്തിച്ചുകളഞ്ഞിരിക്കുക കാലം നമ്മുടെ സാഹിത്യ സാംസ്കാരിക നഭോമണ്ഡലം കെ. സുരേന്ദ്രനെന്ന നോവലിസ്റ്റിനെ ഏറെച്ചെറിയ ഒരു ഇടവേള കൊണ്ടുതന്നെ മറന്നില്ലേ? കെ. സുരേന്ദ്രനെന്ന നോവലിസ്റ്റിന്റെ കാര്യം വെറുമൊരു ഉദാഹരണത്തിനു മാത്രമായി പറഞ്ഞതാണ്. വലുതും ചെറുതുമായ എത്രയെത്ര എഴുത്തുകാരെയും അവരുടെ കൃതികളെയുമാണു നാമിതു പോലെ വിസ്മൃതിയിലേക്കു തള്ളിയത്. തകഴി, ദേവ്, വർക്കി, കടമ്മനിട്ട, കെ.ടി മുഹമ്മദ്, എൻ.എൻ. പിള്ള, പാറപ്പുറത്ത്, ഇ.എം. കോവൂർ, നന്ദനാർ, വൈലോപ്പിള്ളി, കക്കാട്... അങ്ങനെ എത്രയെത്ര.

മലയാറ്റൂരും വി.കെ.എന്നും.

ഒരാമുഖം പോലെ ഇത്രയേറെപ്പറയാനിടയാക്കിയത് അടുത്തിടെയിറങ്ങിയ രണ്ടു പുസ്തകങ്ങളാണ്. ഒന്ന് പി.എം. ബിനുകുമാർ എഡിറ്റു ചെയ്ത് ചിന്ത പ്രസിദ്ധീകരിച്ച മലയാറ്റൂർ ഒരു ഓർമ്മപ്പുസ്തകം രണ്ട് വി.കെ. എൻ. കഥയും കാലവും. എൻ.പി. വിജയകൃഷ്ണൻ. എഴുതി ഗ്രീൻ ബുക്സ് പ്രസിദ്ധീകരിച്ചത്. പ്രഗൽഭമോ പണ്ഡിതോചിതമോ ആയ വിചിന്തനങ്ങളടങ്ങിയ മഹത് ഗ്രന്ഥങ്ങൾ അല്ലിവ. ഒരു കാലം മലയാളികളുടെ പ്രിയങ്കരരായിരുന്ന മലയാറ്റൂർ രാമകൃഷ്ണനെയും വി.കെ.എന്നേയും എത്ര പെട്ടെന്നാണ് മറവിയിലേക്ക് നമ്മൾ വലിച്ചെറിഞ്ഞത്. എന്ന് ഈ പുസ്തകങ്ങൾ വേദനയോടെ ഓർമ്മിപ്പിക്കുന്നു.

ശബ്ദായമാനമായ തങ്ങളുടെ വ്യക്തി ജീവിതത്താലും എഴുത്തുജീവിതത്താലും മലയാള ഭാഷകണ്ട എക്കാലത്തേയും രണ്ടു ജീനിയസ്സുകളാണ് മലയാറ്റൂരും വി.കെ. എന്നു മെന്നതിൽ ആർക്കെങ്കിലും സംശയമുണ്ടാകുമോ? ഉണ്ടാകാനിടയില്ല. അവരുടെയൊക്കെ വ്യക്തിജീവിതത്തിന്റെ അന്ത്യദിനങ്ങൾ ഏകാന്തവും ദുരിതമയവും ദുഃഖഭരിതവുമായിരുന്നുവെന്ന്- കൃതഘ്നതകളുടെ കയ്പുനീർ നിറഞ്ഞവയായിരുന്നുവെന്ന്-എത്ര പേരറിയും? ഈ രണ്ട് കഥാകാരൻമാരെയും അവരുടെ രചനകളെയും ഇപ്പോഴും ഓർക്കുന്ന വായനക്കാരുണ്ടെങ്കിൽ വി.കെഎൻ കഥയും കാലവും, മലയാറ്റൂർ ഒരോർമ്മപ്പുസ്തകം എന്നീ പുസ്തകങ്ങൾ വായിക്കുമ്പോൾ അവരുടെ മനസ്സ് തേങ്ങുകയോ കണ്ണുകൾ ജലസാന്ദ്രമാവുകയോ ചെയ്യും. എഴുത്തിന്റെയും സാഹിത്യത്തിന്റെയുമൊക്കെ നിസ്സാരതകളെ-സാംസ്കാരിക സമൂഹങ്ങളുടെ നന്ദികേടുകളെ-ബിനുകുമാറിന്റെ മലയാറ്റൂരും വിജയകൃഷ്ണന്റെ വി.കെ. എന്നും വെളിപ്പെടുത്തുന്നു.

യന്ത്രം, വേരുകൾ, അഞ്ചുസെന്റ്, ദ്വന്ദ്വയുദ്ധം, യക്ഷി തുടങ്ങിയ പ്രശസ്ത നോവലുകൾ മലയാളത്തിലെ ഏറ്റവും മികച്ച സർവ്വീസ് സ്റ്റോറി അനേകം കഥകൾ... തുടങ്ങി എത്രയായിരം പേജുകളാവും ഈ ബ്യൂറോക്രാറ്റ് എഴുതി നിറച്ചിരിക്കുക? എന്നിട്ടും എനിക്കെന്നെപ്പറ്റി അഹങ്കാരമൊന്നുമില്ല. മലയാറ്റൂർ ആർക്കും കുഴൽ വിളിച്ചിട്ടില്ല. പലരും വിളിച്ചപ്പോഴും എഴുതിയും വരച്ചും പറഞ്ഞും. ഞാനവിടെയിങ്ങനെ കഴിയുന്നു. കൊല്ലങ്ങൾക്കു ശേഷം ആരെങ്കിലും ഓർത്താൽ മതി. മലയാറ്റൂരിന്റെ വാക്കുകളാണ്. ജീവിച്ചിരുന്ന കാലത്ത് വൈദേഹിയിൽ

നിന്നുമിറങ്ങാതെ നടന്നവർ. ഉപ്പുരസമാണെന്നറിഞ്ഞിട്ടും കടൽവെള്ളം കോരിക്കുടിച്ചവർ. എല്ലാം നേടിക്കഴിഞ്ഞപ്പോൾ മലയാറ്റൂരിനെ മറന്നു. "വയലാറിനെ എന്നെന്നും ഓർക്കാനായി വയലാർ ട്രസ്റ്റുണ്ടാക്കിയത് മലയാറ്റൂർ. വയലാർ അവാർഡ് കൊടുക്കാൻ പണം പിരിച്ചതിന് വിജിലൻസ് അന്വേഷണം നേരിട്ടതും മലയാറ്റൂർ. എന്നിട്ടും ആ മലയാറ്റൂരിനെ ഓർക്കാൻ ആരും ട്രസ്റ്റുണ്ടാക്കിയില്ല. എന്തിന് ഒരനുസ്മരണം സംഘടിപ്പിക്കാൻ പോലും ആരുമുണ്ടായില്ല. പി.എം. ബിനുകുമാർ (മലയാറ്റൂർ ഓരോർമ്മപ്പുസ്തകം പേജ്. 71)

കൊച്ചുകൊച്ചു കഥകളും ചെറു നോവലുകളുമായിരുന്നു രചനകളേറെയെങ്കിലും വി.കെ എന്നും എത്രായിരം ഫുൾസ്കേപ്പ് പേജുകൾ എഴുതി നിറച്ചിരിക്കും? വി.കെ.എൻ കഥകളെ അറിയുന്നവർക്കറിയാം കുഞ്ചൻനമ്പ്യാർ, സഞ്ജയൻ എന്നിവർക്കു ശേഷം ഭാഷയിലുണ്ടായിരുന്ന ഏക ഫലിത സാമ്രാട്ടായിരുന്നു അദ്ദേഹമെന്ന്. വൈവിധ്യമാർന്ന വൈജ്ഞാനിക മേഖലകളിലുള്ള അറിവും ഒപ്പം അതിരുകളില്ലാത്ത നിർമ്മബോധവും കൈമുതലായുണ്ടായിരുന്ന ഒരപൂർവ്വ ജീനിയസ്സു തന്നെയായിരുന്നു. വി.കെ.എൻ. അങ്ങനെയുള്ള ഒരെഴുത്തുകാരന്റെ ജീവിതാവസാന നാളുകളിലെ ഏകാന്തതയും അനാഥത്വവും ഓർമ്മിപ്പിക്കുന്ന ഒരു സാർത്ഥകയത്നമാണ് ശ്രീ.എൻ. പി. വിജയകൃഷ്ണന്റെ വി.കെ. എൻ കഥയും കാലവും എന്ന പുസ്തകം.

പയ്യൻസ് മുതൽ തോമ വരെയും ചാത്തൻസ് മുതൽ നാണ്വാര് വരെയുമുള്ള അനേകരെ അനശ്വരരാക്കി വായനക്കാർക്കു നൽകിയ വി.കെ. എൻ എന്ന അതികായനെ വാക്കുകളുടെ രേഖാചിത്രങ്ങളിലൂടെ വായനക്കാർക്കായി ശ്രീ. വിജയകൃഷ്ണൻ ഈ പുസ്തകത്തിൽ വരച്ചു വെയ്ക്കുന്നു.

വി.കെ. എൻന്റെയും മലയാറ്റൂരിന്റെയും രേഖാചിത്രങ്ങളിലൂടെ ആ മനീഷികളെ ഓർമ്മിപ്പിച്ച പി.എം. ബിനുകുമാറിനെയും വിജയകൃഷ്ണനെയും എത്ര അഭിനന്ദിച്ചാലും അതധികമാവില്ല.

മീത്തലെപ്പീടികയിലെ വീട്

വണ്ട് നാല്പതിറ്റാണ്ടു മുമ്പ് തലശ്ശേരി-കണ്ണൂർ ഹൈവേയിൽ കള്ളുഷാപ്പ്, എം.എൻ. വിജയൻമാഷുടെ വീട്, സിനിമാ കൊട്ടക എന്നിവയുടെയൊക്കെ തെക്ക് മേലൂർ അണ്ടല്ലൂർ റോഡിന് പടിഞ്ഞാറ് വിശാലമായൊരു തെങ്ങിൻ പുരയിടവും അതിൽ ഓടിട്ട ഒരിരു നില മാളികയുമുണ്ടായിരുന്നു.

മുകളിലും താഴെയുമായി നാലു മുറികൾ. മുറികൾക്കു മുമ്പിൽ നീളൻ വരാന്തകളും കൽത്തൂണുകളിൽ വീതിയേറിയ പുറം തിണ്ണകളും.

പി.എസ്.സി കിട്ടി പുതുതായി ബ്രണ്ണൻ കോളേജിലേക്കുവന്ന ചെറുപ്പക്കാരായ നാലു ലക്ചറർമാരായിരുന്നു അവിടെ താമസക്കാർ. നീണ്ടു കറുത്തുമെലിഞ്ഞ ഒരാൾ വിനയചന്ദ്രൻ. ഉയരം കുറഞ്ഞ് ഇരുനിറമുള്ള രാജീവൻ. വെളുത്തു നീണ്ട് കറുത്തിരുണ്ട ചുരുൾ മുടിയും ചുവന്നു തുടുത്ത മുഖവുമായി കാഴ്ചയിൽ ഒരു രാജകുമാരനെപ്പോലെ രാമചന്ദ്രൻ. പിന്നെ നാലാമനായി ഒന്നിലും പെടുത്താതെ ഒരു ഗിരീന്ദ്രനും.

ഞങ്ങൾ കോളേജുകുട്ടികൾ ക്ലാസ്സ് കട്ട് ചെയ്ത് സിനിമാ ടാക്കീസിലേക്കോ, കള്ള് ഷാപ്പിലേക്കോ വൈകുന്നേരങ്ങളിലെ സായാഹ്ന നടപ്പിനോ ആ വഴി പോകുമ്പോൾ മാളികവീടിന്റെ വരാന്തകളിൽ ലക്ചറർമാരെക്കാണും. അവർ വരാന്തകളിലൂടെ നടക്കുകയോ തിണ്ണകളിൽ തൂണും ചാരി ഇരിക്കുകയോ ചെയ്യുന്നുണ്ടാവും.

താഴെ നിലയിൽ താമസം പിൽക്കാലം പ്രത്യയശാസ്ത്ര വിശാരദൻ, സാഹിത്യ വിമർശകൻ എന്നീ നിലകളിൽ പ്രസിദ്ധനായ ശ്രീ. ബി.

രാജീവനും, കവി ഡി. വിനയചന്ദ്രനുമായിരുന്നു. മുകൾ മുറികളിൽ ഇംഗ്ലീഷ് ഡിപ്പാർട്ട്മെന്റിലെ ടി. രാമചന്ദ്രൻ (ടി.ആർ എന്ന പേരിൽ കഥാകൃത്തായി അന്നു തന്നെ അറിയപ്പെട്ടിരുന്ന ആൾ) ഹിസ്റ്ററിയിലെ ഒരു ഗിരീന്ദ്രൻ എന്നിവരായിരുന്നു.

രാജീവനും വിനയചന്ദ്രനും മിക്കപ്പോഴും താഴെ വരാന്തയിലെ തിണ്ണകളിൽ കാലും നീട്ടി തൂണും ചാരി മുഖാമുഖമിരുന്നു സംസാരിക്കുകയോ എന്തെങ്കിലും വായിക്കുകയോ ചെയ്യുന്നുണ്ടാവും. മുകളിൽ കാണുമ്പോഴൊക്കെയും ടീ.ആർ റോഡിലേക്കോ, ആകാശത്തിലെ അനന്തതകളിലെവിടെയെങ്കിലുമോ കണ്ണും നട്ട് പുകവലിച്ചു നിൽക്കുകയോ ഒരു വെരുകിനെപ്പോലെ വരാന്തയിലൂടെ തെക്ക് വടക്ക് നടക്കുകയോ ചെയ്യുകയാവും. ഗിരീന്ദ്രനെ പുറത്തങ്ങനെ കാണാറേയില്ല.

മലയാളം വകുപ്പിലെ ലക്ചറർമാരെന്ന നിലയിൽ രാജീവൻ, വിനയചന്ദ്രൻമാരെയാണ് ആദ്യം പരിചയമാവേണ്ടിയിരുന്നത്. പക്ഷേ ഞാൻ ടീ ആറുമായാണ് ആദ്യം കൂട്ടായത്.

ഒരു ദിവസം ആദ്യ അവറുകൾ ക്ലാസ്സിലിരുന്ന് മടുത്ത ഞാൻ ഒരു ചിപ്പടം കാണാനുള്ള ത്വര മുത്ത് കോളേജിൽ നിന്ന് റോഡിലേക്കുള്ള കുറുക്കുവഴി ഇറങ്ങുകയാണ്. പിറകെ ആരോ തിരക്കിട്ടു നടക്കുന്ന ശബ്ദം. തിരിഞ്ഞു നോക്കിയപ്പോൾ ടീ.ആർ. വെള്ള സ്ലാക് ഷർട്ട്, നീല പാന്റ്, വിയർപ്പ് പൊടിയുന്ന ചുവന്ന് തുടുത്ത മുഖം, ഒരു കൈകൊണ്ട് ചുരുൾ മുടി മാടി ഒതുക്കി എന്നോട് ചിരിച്ചു. “എന്തിനാ പഠിക്കുന്നേ?” ടി ആർ തിരക്കി. സെക്കന്റ് ഡീ സി മലയാളം ഞാൻ പറഞ്ഞു

“ക്ലാസ്സില്ലേ?” ‘ഉണ്ട്’ ഞാൻ ചമ്മിക്കൊണ്ട് ചിരിച്ചു. നൂൺഷോക്കാണെന്ന് എങ്ങനെയാ പറയുക! ഞങ്ങൾ ഒപ്പം നടന്നു.

സാഹിത്യ താൽപര്യമുണ്ടെന്നറിയിക്കാനും അടുപ്പത്തിനായും ഞാൻ പറഞ്ഞു. “മാഷിന്റെ കാല ബിന്ദു വായിച്ചിരുന്നു''. (ആയിടെ മാതൃഭൂമിയിൽ വന്ന ഒരു ടീ.ആർ കഥയായിരുന്നു കാലബിന്ദു)

‘എന്തു തോന്നി? മനസ്സിലായോ?

“ഇഷ്ടായി” ഞാൻ പറഞ്ഞു.

ഞങ്ങൾ നടന്ന് മാളികവീടിനടുത്തെത്തിയപ്പോൾ മാഷ് ക്ഷണിച്ചു. “വരുന്നോ?”

“വരാം” ഞാൻ പറഞ്ഞു.

വീടു തുറന്ന് ഞങ്ങൾ മുകൾ നിലയിലേക്ക് കയറി, ടീ. ആർ രണ്ടു കസേരകൾ വരാന്തയിലേക്കിട്ടു പറഞ്ഞു. “ഇരി, ഞാനിരുന്നു. ടീ ആർ അകത്തുനിന്നും ഒരു മൺപാനിയെടുത്ത് മേശപ്പുറത്ത് വെച്ചു. കള്ളിന്റെ മണം!

രണ്ട് ഗ്ലാസ്സുകളെടുത്ത് ടീ ആർ കള്ളൊഴിച്ചു. ഒന്നെനിക്കു നീട്ടി.

നല്ല വെയിലും ചൂടുമായിരുന്നു. വഴിക്കുവഴി മൂന്നോ നാലോ ഗ്ലാസ്സ് ഞാനും ടീ ആറും കഴിച്ചു.

ധർമ്മടത്തെ കള്ളു ഷാപ്പിൽ വെച്ച് ഒരു ദിവസം പരിചയപ്പെട്ട കുമാരൻ എന്ന ഒരേറ്റുകാരൻ എന്നും രാവിലെ ഒരേറ്റുപാനി നിറയെ കള്ള് ടീ ആറിനായി വീട്ടിലെത്തിക്കും. ലീഷർ അവറുകളുണ്ടാവുമ്പോഴോ ഉച്ചയ്ക്കോ വൈകീട്ടോ ആയി ടീ ആർ അത് കുടിച്ചു തീർക്കും. ഇടയ്ക്കു ഗിരീന്ദ്രൻ ഒന്നോ രണ്ടോ ഗ്ലാസ്സ് കഴിച്ചാലായി. രാജീവൻ മാഷോ, വിനയചന്ദ്രൻ മാഷോ കഴിക്കില്ല.

ഉച്ചവരെ ഞങ്ങൾ ഓരോന്നൊക്കെ സംസാരിച്ചുകൊണ്ടങ്ങനെ യിരുന്നു. ടീ ആർ ഒന്നിനുപിറകിലൊന്നെന്നോണം സിഗരറ്റുകൾ പുകച്ചു പുകച്ചു തള്ളി. പിന്നെ എന്നോടു തിരക്കി? എവിടുന്നാ ഉച്ചയൂണു കഴിക്കുക?”

“ഓ അങ്ങനെയൊന്നുമില്ല, എവിടുന്നെങ്കിലും” ഞാൻ പറഞ്ഞു.

“എന്നാൽ വാ” ടീ.ആർ വീടുപൂട്ടിയിറങ്ങി.

“ഇവിടൊരു ഹോട്ടലുണ്ട് നല്ല ചോറാ” ടീ.ആർ പറഞ്ഞു. ഞങ്ങൾ മീത്തലെ പീടിക ജംഗ്ഷനിലെ തട്ടിൻ പുറത്ത് രവി എന്നൊരു ചെറുപ്പക്കാരന്റെ ഹോട്ടലിലേക്ക് കയറി. ടീ ആർ രവിയുടെ ഒരു പറ്റുകാരനാണ്...

ഊണ് കഴിഞ്ഞ് ഞങ്ങൾ കോളേജിലേക്ക് നീങ്ങി.

അന്നോടെ ഞാൻ ടീ ആറിന്റെ ഒരാരാധകനും അടുപ്പക്കാരനും മാളികവീട്ടിലെ ഒരു നിത്യസന്ദർശകനുമായി. ക്ലാസ്സിലും ഡിപ്പാർട്ട്മെന്റിലും വെച്ച് രാജീവ് വിനയചന്ദ്രമാരെയും പരിചയമായി.

ടീ ആർ വീട്ടിലില്ലെങ്കിൽ ഞാൻ താഴെ തിണ്ണയിൽ രാജീവൻ മാഷുമായോ, വിനയചന്ദ്രൻ മാഷുമായോ കുശലങ്ങൾ പറഞ്ഞിരിക്കും. രണ്ടുപേരും നല്ലവരും എഴുത്തുകരാമൊക്കെയെങ്കിലും എനിക്ക് ഏറെ ഇഷ്ടം ടീ ആറിനെയായിരുന്നു.

ആയിടെ ടീ ആർ "കൊരുന്ന്യേടത്ത് കോമുട്ടി" എന്നൊരു നോവലിന്റെ രചനയിലായിരുന്നു. ചിലപ്പോൾ നോവലിന്റെ എഴുതിയ ചില ഭാഗങ്ങൾ വായിക്കാൻ തരും ഞാനവ വായിച്ച് അന്തം വിട്ടിരിക്കും. അവയൊക്കെയും ഓരോ ചുമർ ചിത്രഭാഗങ്ങൾ പോലെയോ സൈക്കഡലിക് സ്വപ്നങ്ങൾ പോലെയോ ആയിരുന്നു!

മറ്റുള്ളവരാരുമില്ലാത്ത ചില അവധി നാളുകളിൽ രാത്രികളിൽ ഞങ്ങൾ രണ്ടു കൂട്ടുകാരെപ്പോലെ ലഹരിക്കുരുക്കുകളിൽ കുരുങ്ങി മുകൾ വരാന്തയിലിരിക്കും. ചിത്രകലയിലെയും സാഹിത്യത്തിലെയുമൊക്കെ അർത്ഥമില്ലായ്മകളെക്കുറിച്ചും ജീവിതത്തിലെ നിരർത്ഥതകളെക്കുറിച്ചും ടീ. ആർ ഓരോ കാര്യങ്ങളും കഥകളും പറയും. പറഞ്ഞുകൊണ്ടേയിരിക്കും. പുലർകാലങ്ങളിലെപ്പോഴോ വരാന്തയിൽത്തന്നെ കിടന്ന് ഉറക്കത്തിലേക്ക് വീഴും.

ചില നാൾ ഞങ്ങൾ തലശ്ശേരിയിലെ കടൽപ്പാല പരിസരത്തോ ഇല്ലിക്കുന്നിലെ ഗുണ്ടർട്ട് വഴികളിലോ അലയും അല്ലെങ്കിൽ മറ്റു ചെറുചെറു ദൂരങ്ങളിലേക്ക് യാത്ര പോവും.

എപ്പോഴോ ഒരു ഇരുൾ വീണ സന്ധ്യ രവിയുടെ ഹോട്ടലിൽ നിന്നു രാത്രി ശാപ്പാടും കഴിച്ചു ഞങ്ങൾ വീടിനു മുമ്പിലെ തെങ്ങും ചാരി പുക വലിച്ചു നിൽക്കുന്നു.('പുക'യെന്നത് ചുക്ക കളഞ്ഞു കഞ്ചാവു നിറച്ച ചാർമിനാറാവും)

വടക്ക് പോസ്റ്റോഫീസ് വളവിൽ നിന്നും ഒരു കെ.എസ്.ആർ.ടി.സി ഫാസ്റ്റിന്റെ ലൈറ്റ്

'ആ ഫാസ്റ്റിവിടെ നിർത്തിയാൽ നമുക്കതിലേക്കേറി ഒരു യാത്ര പോവാം.' ടീ.ആർ പറഞ്ഞു. കുറെക്കൂടി മുമ്പോട്ടുള്ള ജംഗ്ഷനിലായിരുന്നു സ്റ്റോപ്പ്. രാത്രിയായതുകൊണ്ടോ, ആൾ കുറവായത് കൊണ്ടോ, ആവാം ടീ ആർ കൈനീട്ടേണ്ട താമസം ബസ്സ് മുന്നിൽ തന്നെ നിന്നു.

“വാടാ” ടീ ആറും ഞാനും കയറി. ഞങ്ങൾ മുൻവശത്തെ സൈഡ് സീറ്റ് നോക്കിയിരുന്നു. ഞാൻ ബസ്സിൽ കയറുമ്പോൾ തന്നെ സിഗരറ്റ് കളഞ്ഞിരുന്നു. ടീ ആർ പക്ഷേ ഉപേക്ഷിച്ചിരുന്നില്ല. അയാൾ ഇടയ്ക്കിടെ കൈപൊത്തി വലിച്ചു. ചിലർ ഞങ്ങളെ തിരിഞ്ഞു നോക്കി. സിഗരറ്റ് പുകയിലെ കഞ്ചാവ് മണം അവർക്ക് പിടികിട്ടിയിരിക്കണം. കണ്ടക്ടർ അടുത്ത് വന്ന് ടീ.ആറിനോട് പറഞ്ഞു. “ബസ്സിനകത്ത് പുക വലിക്ക കരുതെന്നറിയില്ലേ? “അറിയാം” ടീ ആർ പറഞ്ഞു. “ഭയങ്കര തണുപ്പ് അതു കൊണ്ടാ...”

“നിങ്ങൾക്കു മാത്രം എന്താ ഇത്രയൊരു തണുപ്പ്?” മറ്റുള്ളവർക്കൊന്നുമില്ലല്ലോ?

“ഒരു രണ്ട് പുക കൂടി... ചാടിക്കളയാം ടീ.ആർ തീരാറായ സിഗരറ്റ് ആർത്തിയോടെ രണ്ട് പഫ് കൂടിയെടുത്ത് പുറത്തേക്കെറിഞ്ഞു.

“എങ്ങോട്ടാ ടിക്കറ്റ്? കണ്ടക്ടർ തിരക്കി

“രണ്ട് എറണാകുളം”

“ശ്ശോ ഇതെറണാകുളം ബസ്സല്ല, കോഴിക്കോടേ പോവൂ” കണ്ടക്ടർ പറഞ്ഞു.

“എന്നാ രണ്ട് കോഴിക്കോട്” ടി ആർ ടിക്കറ്റ് വാങ്ങി.

പാതിരാവിലെപ്പോഴോ ഞങ്ങൾ കോഴിക്കോട് മാവൂർ റോഡിലെ സ്റ്റാൻഡിലിറങ്ങി

“ഏടേയ്, സ്റ്റഫ് തീർന്നല്ലോ”? ഇനി എന്താ ചെയ്യുക? ടീ.ആർ എന്നോട് പറഞ്ഞു. കോഴിക്കോട് അന്നെനിക്ക് ഒരു പിടിയുമില്ലാത്ത നഗരം? പുലരട്ടെ എവിടുന്നെങ്കിലും കിട്ടും, ഞാൻ സമാധാനിപ്പിച്ചു.

“ഛെ അതു ശരിയാവില്ല നമുക്ക് അന്വേഷിച്ചു നോക്കാം.” ടി ആർ

ആ പാതിരാത്രി, കല്ലായിറോഡ്, മാനാഞ്ചിറ, മുതലക്കുളം, ക്രൗൺ തിയേറ്റർ പരിസരം... വെളിച്ചം കണ്ട തെരുവുകൾ തോറും എല്ലാ മുടുക്കുകളിലും ഞങ്ങൾ കയറിയിറങ്ങി. ചിലേടത്തൊക്കെ സാധനം കാണും. ഞങ്ങൾ അപരിചിതരല്ലേ തരാതിരുന്നതുമാവും ഞാൻ കരുതി. ടൗൺഹാളിനടുത്തൊരു തട്ടുകടയിൽ കട്ടൻ കുടിച്ചു നിൽക്കേ പെട്ടെന്ന് ടീ ആറിന് ബോധോദയം വന്നു.

“ങ്ഹാ! വാ...വാ... വഴിയുണ്ട്.” അതും പറഞ്ഞ് ടീ ആർ തിരക്കിട്ട് നടന്നു. വഴിയെ ഞാനും. “നമുക്ക് എം.ഇ.എസ് ഹോസ്റ്റലിൽ പോകാം അവിടെ ഐസക്കുണ്ടെങ്കിൽ അവൻ സംഘടിപ്പിക്കും.

(അക്കാലം കോഴിക്കോട് ആകാശവാണിയിൽ ജോലി ചെയ്തിരുന്ന എൻ.എസ്. ഐസക്കും ടീ.ആറിന്റെ സുഹൃത്തായിരുന്നു.

ഐസക്ക് മുറിയിലുണ്ടായിരുന്നു. ടി.ആറിനെക്കണ്ട് അതിശയിച്ചു. “ഇതെന്താ പാതിരാത്രിക്കിങ്ങനെ മുന്നറിയിപ്പൊന്നുമില്ലാതെ...\?

എറണാകുളത്തിനു പുറപ്പെട്ടതാ ഇവിടയെത്തിയപ്പോ ബസ്സില്ല അതാ – ടീ ആർ പറഞ്ഞു. ഉറങ്ങും മുമ്പൊരു പഫെടുക്കാനാണെങ്കീ സാധനവുമില്ല.

സ്റ്റഫിനായി ഐസക്കിനൊപ്പം ഞാനും ടീ ആറും പുറത്തിറങ്ങി. മിഠായിത്തെരുവിൽ തുറന്നിരുന്ന ഹോട്ടലിൽ നിന്ന് ഐസക് ഞങ്ങൾക്ക് ചൂടുള്ള നല്ല “ദം ബിരിയാണി” വാങ്ങിത്തന്നു. പിന്നെ രണ്ടാം ഗെയ്റ്റിനടുത്ത് റാന്തൽ വെളിച്ചം മങ്ങിക്കത്തുന്ന ഒരുന്തുവണ്ടിക്കടയിൽ നിന്നും സ്റ്റഫും വാങ്ങി. ഞങ്ങൾ മുറിയിലേക്ക് മടങ്ങി. അന്നും പിറ്റേന്നും ഐസക്കിനൊപ്പം ആകാശവാണിയിലും മാതൃഭൂമിയിലുമൊക്കെ കറങ്ങി ഞങ്ങൾ കോഴിക്കോട്ടു തന്നെ കൂടി. പിന്നെ എറണാകുളത്തിനു വിട്ടു. എറണാകുളത്തെത്തിയതും മറ്റൊരു വൈകിയ രാത്രി.

ടീ. ആർ നേരെ സ്റ്റേറ്റ് ബാങ്ക് കോളനിയിലേക്ക് വിട്ടു. പിറകെ ഞാനും അന്ന് എറണാകുളത്ത് തങ്ങിയത് അന്തരിച്ച ശ്രീ.ടി.കെ രാമചന്ദ്രനൊപ്പമോ കഥാകൃത്ത് എൻ.എസ്. മാധവനൊപ്പമോ ആയിരുന്നു. കാലപ്പഴക്കമോ അന്നത്തെ അബോധതയുടെ അവസ്ഥാന്തരങ്ങളോ കൊണ്ടാവണം ആരുടെയൊപ്പമായിരുന്നെന്ന് ഇപ്പോൾ വ്യക്തമല്ല.

***

പച്ച ജീവനോടെയും ലഹരിച്ചിറകുകളിലേറിയും. ടീ. ആറിനൊപ്പം പ്രതീക്ഷിതവും അപ്രതീക്ഷിതവുമായ ഏറെ അലയലുകൾ നടന്നു. ഒട്ടുമിക്ക ആനുകാലികങ്ങളിലും അക്കാലത്തെ കവിതകളെഴുതിയിരുന്ന ഡി. വിനയചന്ദ്രന് തന്റെ ഒരു കവിതയെങ്കിലും മാതൃഭൂമി വാരികയിൽ വന്നു കാണാൻ അതിയായ കൊതിയുണ്ടായിരുന്നു. എൻ.വി. പത്രാധിപരായിരിക്കുവോളം കാലം അത് സംഭവിക്കില്ലെന്ന് വിനയചന്ദ്രൻ

പറയും. മാളികവീടിന്റെ തിണ്ണയിലിരുന്ന് അയാൾ തന്റെ 'യാത്രപ്പാട്ടും' മറ്റു കവിതകളും ഉറക്കയുറക്കെപ്പാടി. ബി. രാജീവൻ തന്റെ സാഹിത്യ വിമർശനവും തീവ്രവാദനിനവുകളും പറഞ്ഞു. ടി.ആർ സിഗരറ്റുകൾ പുകച്ച് വെരുക പോലെ തെക്കു വടക്കു നടന്നു. 'കാല ബിന്ദുക്കളുടെ' കൊരുന്ന്യേടത്ത് കോമുട്ടിയുടെ ശ്ലഥചിത്രങ്ങൾ അതൊരു കാലം.

കോഴ്സ് തീർന്നതോടെ ഞാൻ ധർമ്മടം വിട്ട് ജീവിതത്തിന്റെ പെരു വഴികളിലേക്കിറങ്ങി. രാജീവൻമാഷും വിനയചന്ദ്രനും ടീ ആറുമൊക്കെ മഹാരാജാസിലേക്കും മലപ്പുറത്തേക്കും എം.ജിയിലേക്കുമൊക്കെ താവളം മാറി. ബി. രാജീവൻ എണ്ണം പറഞ്ഞ നിരൂപകനും പ്രത്യയ ശാസ്ത്ര സൈദ്ധാന്തികനുമായി എൻ.വി മാറിയ ശേഷം ഡി. വിനയ ചന്ദ്രന്റെ കവിതകൾ മാതൃഭൂമി വാരികയിൽ തുരുതുരെ വന്നു. കടമ്മ നിട്ടയ്ക്കൊപ്പം പുള്ളിക്കാരനും മുഴക്കമുള്ള സബ്ദത്തിൽ കവിതകൾ പാടി. 'മുഷായിര'കളിൽ കേരളമാകെ നിറഞ്ഞാടി. ഒടുവിലൊരു ദിനം അവിവാഹിതനും ഒറ്റയാനുമായ അയാൾ കാലയവനികയ്ക്കപ്പുറത്തേക്ക് കടന്നു മറഞ്ഞു.

ടീ. ആർ പിന്നീടും പല നല്ല കഥകളുമെഴുതിയെങ്കിലും സാഹിത്യ ലോകത്ത് ഏറെയൊന്നും തിണർത്തു പൊങ്ങിയില്ല. വ്യക്തി ജീവിതത്തി ന്റെ അനിയന്ത്രിതകളിലോ ലഹരിയുടെ പാഴ് വഴികളിലോ കാലിടറി അയാൾ വിക്ടർ ലീനസ്സിന്റെ ഒരു മുൻഗാമിയായി എറണാകുളത്തെ ഒരു തൊരുവോര പീടികവരാന്തയിലെ അനാഥ ശവമായി ജീവിതത്തോടു വിടപറഞ്ഞു.

ബി. രാജീവൻ മാഷും ഞാനും ഇപ്പോൾ ജീവിതത്തിന്റെ സായാഹ്ന വെയിൽ നോക്കിയിരിക്കുന്നു. മീത്തലെപ്പിടികയിലെ ആ മാളികവീട് ഇപ്പോഴും ഉണ്ടോ ആവോ...!

വൈവിധ്യമാർന്ന എ.എസ് രേഖകൾ

ജി.എൻ പിള്ള മാതൃഭൂമി വാരികയുടെ പത്രാധിപസമിതിയിലുണ്ടായിരുന്ന കാലത്ത് എഴുപതുകളുടെ അവസാനം-അദ്ദേഹത്തെത്തേടി ഇടയ്ക്കൊക്കെ വാരികയുടെ ആഫീസിൽ ചെന്നിരിക്കാറുണ്ടായിരുന്നു. അപ്പോഴൊക്കെ മുറിയുടെ ഒരു കോണിൽ കണ്ണട വെച്ച് കറുത്ത് മെലിഞ്ഞു നീണ്ടൊരാളിരുന്ന തന്റെ മുന്നിലെ റൈറ്റിംഗ് പാഡിലുറപ്പിച്ച കടലാസുകളിൽ രൂപങ്ങൾ കോറുന്നതും കാണാറുണ്ട്. ആർട്ടിസ്റ്റ് എ.എസ്.നായർ എന്ന ഇലസ്ട്രേറ്ററാണതെന്ന് ഒരിക്കൽ ജി.എൻ. പിള്ള എനിക്കദ്ദേഹത്തെ പരിചയപ്പെടുത്തിത്തരികയുണ്ടായിട്ടുണ്ട്. ആദ്യ പരിചയപ്പെടലിനു ശേഷം പിന്നീട് പലപ്പോഴും അവിടെച്ചെല്ലുകയും പരസ്പരം കാണുകയുമൊക്കെയുണ്ടായിട്ടുണ്ടെങ്കിലും 'കണ്ടു' എന്നർത്ഥത്തിലുള്ള ഒരു ചെറു ശിരോചലനമല്ലാതെ സംസാരിക്കുകയോ ഒരതിപരിചയം പ്രകടിപ്പിക്കുകയോ ഉണ്ടായിട്ടില്ല. പക്ഷേ വാരികയിലെ അക്കാലത്തെ എ.എസിന്റെ ഓരോ രേഖാരൂപങ്ങളുമായി പരിചയമാവുന്തോറും ഞാൻ കൂടുതൽ കൂടുതലായി അദ്ദേഹത്തെ ശ്രദ്ധിക്കുകയുണ്ടായിട്ടുണ്ട്. പെന്നിലും മഷിയിലും കടലാസ്സിലും രേഖകൾ കോറുന്നതിലും രൂപങ്ങൾ മെനയുന്നതിലുമായി എപ്പോഴും മുഖമുയർത്താതെ കുനിഞ്ഞിരിക്കുന്ന അദ്ദേഹം എന്റെ മനസ്സിലെവിടെയോ വളർന്നു വലുതായിക്കൊണ്ടിരിക്കുന്നുണ്ടായിരുന്നു.

എ.എസ്സിന്റെ 'പുകവലി' എന്റെ ഓർമ്മയിലിന്നും തങ്ങിക്കിടക്കുന്നുണ്ട്. അക്കാലത്തെ ഏറ്റവും കടുപ്പം കൂടിയ 'ചാർമിനാർ' സിഗരറ്റായിരുന്നുവെന്നു തോന്നുന്നു അദ്ദേഹം വലിച്ചിരുന്നത്. മറ്റെല്ലാവരെയും പോലെ അദ്ദേഹം വിരലുകൾക്കിടയിൽ സിഗരറ്റു വച്ചല്ല പലപ്പോഴും പുകവലിച്ചിരുന്നത്. സിഗരറ്റിന് തീ കൊളുത്തിയാലുടൻ അതിനെ അദ്ദേഹം ചുണ്ടുകളുടെ ഒരു കോണിൽ തിരുകും കൈ ഉപയോഗിക്കാതെ പുക ഉള്ളിലോട്ട് വലിച്ചെടുക്കുകയും ചുണ്ടിന്റെ മറു കോണിലൂടെ ഇടയ്ക്കിടെ പുറത്തേക്ക് വിടുകയും ചെയ്യും. സിഗരറ്റ് തീരാറാവുമ്പോൾ കുറ്റി ചുണ്ടിൽ നിന്നെടുത്ത് ആഷ്ട്രേലിടും. അടുത്തതിന് തീ കൊളുത്തി വീണ്ടും ചുണ്ടുകളുടെ ഇടതു കോണിൽ തിരുകി വെയ്ക്കും. പഴയ പടി പുക ഉള്ളിലേക്കും പിന്നെ പുറത്തേക്കും – അങ്ങിനെ അഖണ്ഡ പുകവലി യജ്ഞം നടത്തുകയും ചെയ്യുന്ന എ.എസ് നായർ എന്ന ചിത്രകാരന്റെ മുഖം ഓർമ്മകളിലെവിടെയോ ഇപ്പോഴും ജീവനോടെ നിൽക്കുന്നുണ്ട്...

മലയാള ആനുകാലികതകളിലേക്കു രേഖാചിത്രരചനയെ ആനയിച്ചത് എം. ഭാസ്കരനും എം.വി. ദേവനുമാണെങ്കിലും എ.എസ്. നായരും നമ്പൂതിരിയുമാണ് രേഖാ രൂപ ചിത്രണം ഒരനിവാര്യതയാണ് എന്ന തികഞ്ഞ ബോധ്യത എഴുത്തുകാരിലും പത്രാധിപൻമാരിലും വളർത്തിയത്. 'എന്റെ നോവലിന് നമ്പൂതിരി വരച്ചാൽ കൊള്ളാം എന്റെ കഥയ്ക്ക് എ.എസ്. വരച്ചാൽ തരക്കേടില്ല" എന്നൊക്കെ എഴുത്തുകാർക്കും നിർബന്ധം പുലർത്താവുന്നിടത്തോളം അവരുടെ ഇലസ്ട്രേഷനുകളുയർന്നു. ഏകദേശം ഒരേ കാലത്ത് വാരികയിൽ ചിത്രരചന നടത്തിയവരെങ്കിലും നമ്പൂതിരിയുടെയും എ.എസ്സിന്റെയും രേഖാചിത്രങ്ങളും അവയുടെ നിർമ്മിതി രഹസ്യങ്ങളും വിഭിന്ന രചനാ സമ്പ്രദായങ്ങളാണ് പിൻപറ്റിയിരുന്നത്.

സാഹിത്യത്തിന് വാക്കുകളും സംഗീതത്തിന് ശബ്ദങ്ങളും പെയിന്റിങ്ങുകൾക്കും ചിത്രങ്ങൾക്കും വർണ്ണങ്ങളും അവയുടെ ഭാഷയാണ്. ഇലസ്ട്രേഷന്- രേഖാചിത്രരചനയ്ക്ക് വരകളുടെ ഭാഷയാണുള്ളത്. എ.എസ്സിനെ സംബന്ധിച്ചിടത്തോളം അദ്ദേഹത്തിന് തനതായൊരു 'രേഖാഭാഷ' യുണ്ടായിരുന്നു. ഉണ്ടായിരുന്നു എന്ന് പറയുന്നതിലേറെ അദ്ദേഹം സ്വന്തമായൊരു രേഖാഭാഷ ഉണ്ടാക്കിയിരുന്നു എന്ന് പറയുകയാണ് ശരി.

ജോസഫ് വൈറ്റിലയുടെ 'ആശ്രമം' പത്മരാജന്റെ 'പെരുവഴി യമ്പലം', 'യയാതി', 'ഭുജംഗയ്യന്റെ ദശാവതാരങ്ങൾ', 'ഖസാക്കിന്റെ ഇതിഹാസം', 'ആയുസ്സിന്റെ പുസ്തകം', 'മയ്യഴിപ്പുഴയുടെ തീരങ്ങൾ', എന്നീ നോവലുകൾക്ക് എ.എസ്. വരച്ച ചേർത്ത ചിത്രങ്ങൾ മലയാളത്തിലെ രേഖാചിത്ര രചനാചരിത്രത്തിലെ മികച്ച മുതൽക്കൂട്ടുകൾ തന്നെയാണ്. അതുപോലെ തന്നെ കാക്കനാടന്റെയും വി.കെ എന്നിന്റെയും മുകുന്ദന്റെയും കുഞ്ഞബ്ദുള്ളയുടെയും സേതുവിന്റെയും വൽസലയുടേയുമൊക്കെ ആദ്യകാല കഥകൾക്ക് എ.എസ്. വരച്ച വൈവിധ്യമാർന്ന രേഖാചിത്രങ്ങളും ഗൗരവപൂർണ്ണമായൊരു ലാളിത്യവും എ.എസ്. ചിത്രങ്ങളുടെ മുഖമുദ്രയാണ്. അനാട്ടമിയെ - ശരീരപൂർണഘടനയെ അതിലംഘിക്കുന്നവയായിരുന്നു ഏറെയും കഥാപാത്രങ്ങളുടെ ശാരീരിക രൂപഘടനയെക്കാളേറെ ഭാവഘടനകങ്ങൾക്ക് പ്രാമുഖ്യം കൊടുക്കുകയെന്നതായിരുന്നു എ.എസ്സിന്റെ രചനാരീതി.

ഒരു തരത്തിൽ വായനക്കാരനെ കൂടുതലായി കഥയിലേക്ക് ആകർഷിക്കുക എന്ന മുഖ്യ ചുമതല ഉള്ളതുകൊണ്ടാവാം സ്ത്രീ ശരീരങ്ങളുടെ നിമ്നോന്നതങ്ങൾക്ക് പ്രാധാന്യം നൽകുന്നവയാണ് ഇലസ്ട്രേഷനുകളിലേറെയും. നമ്പൂതിരിയുടെ മികച്ച സ്ത്രീരൂപ ചിത്രങ്ങൾ ശരീരവടിവുകളെയും വളവുകളെയും ചെറിയ ചെറിയ ചുളിവുകളെപ്പോലും – മൊത്തം അനാട്ടമിയെ – സുവ്യക്തതയോടെ എടുത്തുകാണിക്കുന്നവയാണ്. എ.എസ്. മറിച്ചാണ് അദ്ദേഹത്തിന്റെ സ്ത്രീരൂപങ്ങളുടെ ഏറ്റവും പ്രമുഖ ഭാഗം മുഖമാണ്. മിക്കപ്പോഴും വട്ടമുഖങ്ങൾ വലിയ കണ്ണുകൾ. കണ്ണുകളാണ് കണ്ണുകളിലാണ് ഒരാളുടെ ജീവനും ജീവിതവും ഭാവങ്ങൾ മുഴുവനും കുടിയിരിക്കുന്നതെന്ന് എ.എസിനറിയാമായിരുന്നു. കറുത്ത റഫ് രേഖകൾ കൊണ്ട് വരച്ചെടുക്കപ്പെടുന്ന പെൺകുട്ടികളുടെയും സ്ത്രീകളുടെയുമൊക്കെ വലിയ കണ്ണുകൾ വായനക്കാരന് അത്തരം കഥാപാത്രങ്ങളുടെ അകഭാവത്തെ ദുഃഖമോ ഭീതിയോ ദീനതയോ ആഹ്ലാദമോ അമ്പരപ്പോ എന്തുമാവട്ടെ – ഉൾക്കണ്ണാടിയിലെന്നപോലെ അനുഭവപ്പെടുത്തിത്തരുന്നു. സംസാരിക്കുന്ന കണ്ണുകൾ - സ്ത്രീ കഥാപാത്രത്തിലായാലും പുരുഷകഥാപാത്രത്തിലായാലും എ.എസ്. ചിത്രങ്ങളിലുണ്ടാവും.

എ.എസ്സിന്റെ സ്ത്രീ കഥാപാത്ര ചിത്രങ്ങൾ പ്രത്യേകതകൾ നിറഞ്ഞവയാണ്. സ്ത്രീ ശരീരത്തിന്റെ അനാച്ഛാദിത സൗന്ദര്യത്തെ

എടുത്തുകാണിക്കുന്നവയല്ല എ.എസിന്റെ രേഖാഭാഷ. ആച്ഛാദിത സൗന്ദര്യത്തിലാണ് എ.എസ്സ് എന്ന ചിത്രകാരന്റെ താൽപര്യം. അദ്ദേഹത്തിന്റെ സ്ത്രീ ചിത്രങ്ങൾ ആസക്തിയിലേക്ക് ക്ഷണിക്കുന്നില്ല. അവ വായനക്കാരനിലും കാഴ്ചക്കാരനിലും ആരാധനയോ അടുപ്പമോ ഉണർത്തുന്നു. നായികമാർക്ക് നാഗരിക വേഷഭൂഷകളണിയിക്കുക കുറവാണ് (പലപ്പോഴും കഥ ആവശ്യപ്പെടുന്നുണ്ടായിട്ടും) റിസ്റ്റ് വാച്ച് കെട്ടിയ കൈകളേക്കാളും കരിവളയിട്ട കൈകളുടെ അനാഡംബരതയാണ് എ.എസ്. ചിത്രങ്ങളിൽ മൂക്കുത്തി, നെറ്റിയിലെ വലിയ പൊട്ട്, എന്നിവ വരയ്ക്കാവുന്ന എല്ലാ സ്ത്രീ മുഖങ്ങളിലും എ.എസ് വരച്ചു ചേർത്തിട്ടുണ്ട്. ദരിദ്രയോ വഴി പിഴച്ചവളോ ആയ പെൺകുട്ടിയുടെ മുഖമായാലും അദ്ദേഹമതിലൊരു കുലീനത ധ്വനിപ്പിക്കും. അങ്ങനെയൊരുപാട് പ്രത്യേകതകൾ എ.എസ്. ചിത്രങ്ങളിൽ നിന്നു കണ്ടെടുക്കാനാവും.

ക്ഷണിക ശോഭ പടർത്തിയ മേഘജ്യോതിസ്

പി.എം. താജിനേയും അയാളുടെ നാടകങ്ങളെയും കുറിച്ച് എന്താണ് പറയുക? പതിറ്റാണ്ടുകഴിഞ്ഞിട്ടും അയാളുടെ നാടകങ്ങൾ ചർച്ച ചെയ്യപ്പെടുകയും അയാൾ സ്മരിക്കപ്പെടുകയും ചെയ്യുന്നതിനു പിന്നിൽ അയാളുടെ സുഹൃത്തുക്കളുടെസ്നേഹമുണ്ടാവാം. പക്ഷേ അതിലുപരി ഒരു കലാകാരനെന്ന നിലയിലുള്ള അയാളുടെ മേൻമയുണ്ട് തീർച്ച.

ദൈവങ്ങൾക്കും അധികാരസ്ഥാപനങ്ങൾക്കും എതിരെ നിസ്സഹായരും നിരാലംബരും സാധാരണരുമായ മനുഷ്യർ നടത്തിയ- നടത്തുന്ന നിലവിളികളാണ് താജിന്റെ നാടകങ്ങൾ. നിസ്സഹായതകൾക്കും നിലവിളികൾക്കുമിടയിലും-സർവ്വ നാശങ്ങളുടെ ഇടയിലും പ്രത്യാശയുടെ ഒരു രേഖയും താജ് നാടകങ്ങളുടെ പ്രത്യേകതയായുണ്ട്. അടിയന്തിരാവസ്ഥയുടെ പെരുമഴ കഴിഞ്ഞു മരം കോച്ചുന്ന ഒരുച്ചനേരത്ത് ചാലപ്പുറത്തെ ഇടിഞ്ഞു പൊളിഞ്ഞ ഒരു പുക മുറി. നാരാൺസ്കിയും ഞാനും കഞ്ഞി വെച്ചു കുടിച്ചുകൊണ്ടിരിക്കെ മെലിഞ്ഞൊരു പയ്യൻ നൂണുകയറി വന്നു.

താജ്. പി.എം. താജ്. അന്നുമുതൽ മരണത്തിന് ഏതാനും വർഷം മുമ്പുവരേക്കും നിലനിന്നൊരു ബന്ധത്തിന്റെ ഇഴകൾ...

മരിച്ചുപോയൊരാൾ എന്ന നിലയിൽ താജിനെക്കുറിച്ചെഴുതാൻ എന്റെ കൈയ്യിൽ വ്യാജസ്തുതി വചനങ്ങളൊന്നുമില്ല. അവന് അതിന്റെ ആവശ്യവുമില്ല – ബീഡി സിഗരറ്റുകളുടേയും മദ്യത്തിന്റെയും, മണ്ണെണ്ണ സ്റ്റൗവിന്റെയും പുകമുറിയിലേക്ക് താജ് പിന്നീട്ടും പലതവണ കയറി വന്നു. ഒറ്റയ്ക്കും കോയമുഹമ്മദിന്റെയും ഹമീദിന്റെയും അനന്തകൃഷ്ണന്റെയുമൊക്കെ ഒപ്പവും.

ഒരു ദിവസം പഴയൊരു നോട്ടുപുസ്തകം തന്ന് വായിച്ചുനോക്കാൻ പറഞ്ഞു. താജിന്റെ ആദ്യ നാടകത്തിന്റെ സ്ക്രിപ്റ്റായിരുന്നു അത്. 'പെരുമ്പറ' പിന്നീടൊരു നാൾ പറഞ്ഞു: 'നമുക്കിതൊന്നവതരിപ്പിക്കണം ടൗൺഹാളിൽ. ഗുരുവായൂരപ്പൻ കോളേജിൽ ലക്ചററായ രാമചന്ദ്രൻ മോകേരിയും ചിലരും അഭിനയിക്കാമെന്ന് പറഞ്ഞിട്ടുണ്ട്. ദാമുവും ഒരു റോൾ ചെയ്യണം. എസ്.ബി.ടി മോഹൻദാസ് സംവിധാനം ചെയ്യാമെന്നേറ്റിട്ടുണ്ട്.

ജീവിതത്തിലാകെ കാര്യമായി ഞാൻ രണ്ടു നാടകങ്ങളിലേ അഭിനയിച്ചിട്ടുള്ളൂ. ഒന്ന് എൻ.പ്രഭാകരന്റെ വിക്രമൻ നായർ ട്രോഫി അവാർഡ് കിട്ടിയ ഇബ്രാഹിം വെങ്ങര സംവിധാനം ചെയ്ത 'ശിബിരം' രണ്ടാമത് താജിന്റെ 'പെരുമ്പറ'. മണ്ണിൽ കാലുറപ്പിച്ചു നിൽക്കുകയും ആകാശങ്ങളെ സ്വപ്നം കാണുകയും ചെയ്ത രണ്ട് യുവനാടകകൃത്തുക്കളാണവർ. അവരിരുവരുടേയും ആദ്യ നാടകങ്ങളിൽ എനിക്കഭിനയിക്കാൻ യോഗമുണ്ടായി

കോഴിക്കോട് ടൗൺഹാളിലെ കാണികൾ തിങ്ങിനിറഞ്ഞ വേദിയിൽ നിന്ന് താജിന്റെ പെരുമ്പറയിലെ വിദൂഷകൻ വിളിച്ചു പറഞ്ഞ വാക്കുകൾ എനിക്കിപ്പോഴും ഓർക്കാനാവും. "അകം നീറുമ്പോഴും പുറമേ ചിരിക്കുന്ന ചിരിക്കാൻ പണിപ്പെടുന്ന..." എന്നു പറയുന്ന വിദൂഷകൻ... "നോക്കു ഒരു നിമിഷമെങ്കിലും നിനക്ക് മനുഷ്യനെപ്പോലെ തലയുയർത്തിപ്പിടിച്ച് നിൽക്കണ്ടേ?" എന്നും ചോദിക്കുന്ന വിദൂഷകൻ ഒടുക്കം "എനിക്കീ കോമാളി വേഷം ഒന്നഴിച്ചിടണം" എന്നു കാണികളോടു വേദനയോടെ അലറി വിളിക്കുന്ന വിദൂഷകൻ.

വിദൂഷകന്റെ ഡയലോഗുകൾ ഒരു വെറും നാടകത്തിലെ കഥാപാത്രത്തിന്റെ വാക്കുകളായിരുന്നില്ല. അവ. പി.എം. താജ് എന്ന മെലിഞ്ഞുണങ്ങിയ ചെറുപ്പക്കാരൻ തനിക്കു ചുറ്റുമുള്ള നാറിയെ സമൂഹത്തോടും അധികാരികളോടുമായി നടത്തിയ നിലവിളികളായിരുന്നുവെന്ന് ഇന്നെനിക്കറിയാനാവുന്നുണ്ട്.

എ.ഡി.ബിയും ലോകബാങ്കുകളുമൊക്കെ വരുന്നതിനു കാൽ നൂറ്റാണ്ടു മുമ്പേ മനുഷ്യന്റെയും രാഷ്ട്രങ്ങളുടെയും കടക്കെണികളെ കിളിപോലെ ദീർഘദർശനം ചെയ്തെഴുതിയ രാവുണ്ണി "രാജാവിന്റെ മോൻ രാജ്യം ഭരിക്കാനല്ലാതെ വിമാനം പറപ്പിക്കാൻ പോവ്വോ?" രാജീവ് എന്ന വൈമാനികൻ രാജ്യം ഭരിക്കുന്നതിനും എത്രയോ മുമ്പേ താജ് നാടകത്തിലൂടെ ചോദിച്ചു.

നാളെയെ മുൻകൂട്ടിക്കണ്ട കലാകാരന്റെ പ്രവചനങ്ങൾ! അന്നാരും അവ ചെവിക്കൊണ്ടില്ല.

“പാവത്താൻ നാട്” അക്കാദമി മത്സരത്തിനവതരിപ്പിക്കാൻ പയ്യന്നൂരിൽ വന്നപ്പോൾ ഷാപ്പിൽ കുടിച്ചുകൊണ്ടിരുന്ന ഞങ്ങൾ രണ്ടോ മൂന്നോ റൗണ്ട് കഴിഞ്ഞിരിക്കണം.

‘ഒഴിയെടേ’ താജ് പറഞ്ഞു.

അപ്പോഴേക്ക് ഒരു വിധം മതിയായിരുന്ന ഞാൻ. എന്റെ ഗ്ലാസ്സിൽ കുറവ് മദ്യവും കൂടുതൽ സോഡയും താജിന്റെ ഗ്ലസ്സിൽ കൂടുതൽ മദ്യവും കുറവ് സോഡയും ഒഴിച്ചു. ഗ്ലാസ്സ് കാലിയാക്കിയശേഷം പകർച്ചയിൽ ഞാൻ കാണിച്ച സാമർത്ഥ്യം തിരിച്ചറിഞ്ഞ താജ് പറഞ്ഞു “ദാമൂ നീയൊക്കെ കള്ളക്കലാകാരനാ. കള്ളുകുടിയിലായാലും കലയിലായാലും ജീവിതത്തിലായാലും ചെയ്യുന്ന പ്രവൃത്തിയിൽ ആണ്ടു മുങ്ങണം. ആത്മാർത്ഥത കാണിക്കണം...” “പരിഷകൾ” താജ് ഒച്ചവെച്ചു. ഞാനെങ്ങിനെയോ താജിനെ ഷാപ്പിൽ നിന്നിറക്കി.

അതെ താജ്, ഞങ്ങളൊക്കെ അങ്ങിനയായിരുന്നു. കലയിലും ജീവിതത്തിലും എന്തിന് കള്ളുകുടിയിൽ പോലും കരുതലോടെ നീങ്ങിയവർ... പക്ഷേ നീ, നീ നാടകത്തിലും ജീവിതത്തിലും കള്ളുകുടിയിലും പുകവലിയിലും എല്ലാം തികഞ്ഞ ആത്മാർത്ഥത പുലർത്തി. ആഴ്ന്നു മുങ്ങി.

ഞങ്ങളിപ്പോഴും കരിയും പുകയും പടർത്തി മുനിഞ്ഞുകത്തുന്ന ചിമ്മിനി വെളിച്ചങ്ങൾ, നീയോ! ക്ഷണികശോഭ പടർത്തിയ മേഘജ്യോതിസ്സ്. ഒരു നിമിഷം ഭൂമി മുഴുവൻ പ്രകാശമയമാക്കി അടുത്ത നിമിഷം കത്തിയമർന്ന ഒരുൽക്ക.

‘കൺകെട്ടിലെ’ സുന്ദരനിലൂടെ-

“നിങ്ങളൊക്കെ നായ്ക്കളെപ്പോലെ കണ്ണുകെട്ടി നടക്കുമ്പോൾ ഞാൻ മനുഷ്യനെപ്പോലെ എല്ലാം കാണുകയായിരുന്നു...” എന്നു വേദനയോടെ പറഞ്ഞ താജ് നീയായിരുന്നു യഥാർത്ഥ കലാകാരൻ. പക്ഷേ എന്തു ചെയ്യാൻ! കാലത്തിന് നിന്നെ തിരിച്ചറിയാനാവാതെ പോയി! നിനക്ക് കാലത്തെയും.

●